கண்ணாடி சத்தம்

கண்ணாடி சத்தம்

செல்வசங்கரன் (பி. 1981)

விருதுநகரில் வசித்து வருகிறார். கல்லூரியொன்றில் தமிழ்ப் பேராசிரியர் பணி. 2009இலிருந்து சிற்றிதழ்களில் கவிதைகள் எழுதிவருகிறார். ஆதவன் (கே.எஸ். சுந்தரம்) படைப்புகளை முனைவர் பட்டத்திற்காக ஆய்வு செய்துள்ளார். 'அறியப்படாத மலர்' (2013), 'பறவை பார்த்தல்' (2017), 'கனிவின் சைஸ்' (2018), 'சாலையின் பிரசித்தி பெற்ற அமைதி' (2020) ஆகிய கவிதைத் தொகுப்புகள் வெளியாகியுள்ளன. இது இவரது ஐந்தாவது கவிதை நூல்.

சௌமா இலக்கிய விருது பெற்றுள்ளார்

மின்னஞ்சல்: *selvasankarand@gmail.com*

நன்றி

காலச்சுவடு, மணல்வீடு, தமிழ்வெளி, ஓலைச்சுவடி, நடுகல், அரூ, வாசகசாலை, புரவி, கனலி, யாவரும்.காம், நடு, சொல்வனம், பதாகை, கதவு.

செல்வசங்கரன்

கண்ணாடி சத்தம்

காலச்சுவடு பதிப்பகம்

● அன்பார்ந்த வாசகருக்கு,

வணக்கம்.

காலச்சுவடு நூலை வாங்கியமைக்கு நன்றி.

நூலின் உள்ளடக்கம், உருவாக்கம், அட்டைப்படம் இன்ன பிற அம்சங்கள் பற்றிய உங்கள் கருத்துகளையும் ஆலோசனைகளையும் காலச்சுவடு வரவேற்கிறது. தகவல், எழுத்து, வாக்கியப் பிழைகள் தென்பட்டால் கட்டாயம் தெரிவித்து உதவுங்கள். நூல் தயாரிப்பில் கடும் குறைபாடு இருப்பின் மாற்றுப் பிரதி உங்களுக்குக் கிடைக்கக் காலச்சுவடு ஏற்பாடு செய்யும்.

மின்னஞ்சல்: **publisher@kalachuvadu.com**

காலச்சுவடு நாகர்கோவில் தலைமையகத்துக்கும் கடிதம் அனுப்பலாம்.

தங்கள்

எஸ்.ஆர். சுந்தரம் (கண்ணன்)

பதிப்பாளர் — நிர்வாக இயக்குநர்

கண்ணாடி சத்தம் ❖ கவிதைகள் ❖ ஆசிரியர்: செல்வசங்கரன் ❖ © செல்வசங்கரன் ❖ முதல் பதிப்பு: பிப்ரவரி 2022 ❖ வெளியீடு: காலச்சுவடு பப்ளிகேஷன்ஸ் (பி) லிட்., 669, கே.பி. சாலை, நாகர்கோவில் 629001

காலச்சுவடு பதிப்பக வெளியீடு: 1073

kaNNaaTic cattam ❖ Poems ❖ Author: selvasankaran ❖ © selvasankaran ❖ Language: Tamil ❖ First Edition: February 2022 ❖ Size: Demy 1 x 8 ❖ Paper: 18.6 kg maplitho ❖ Pages: 80

Published by Kalachuvadu Publications Pvt. Ltd., 669, K.P. Road, Nagercoil 629001, India ❖ Phone: 91-4652-278525 ❖ e-mail: publications @kalachuvadu.com ❖ Printed at Clicto Print, Jaleel Towers, 42 KB Dasan Road, Teynampet Chennai 600018

ISBN: 978-93-5523-201-4

02/2022/S.No. 1073, kcp 3400, 18.6 (1) rss

பொருளடக்கம்

சமம்	9
பெரிய தவளை	10
காலாதீதம்	11
பழிக்குப் பழி	12
கண்ணாடி சத்தம்	13
சாகச மேடை	14
யாவருக்கும் தெரியும் வானம்	15
கடவுள் ரம்மி ஆடினார்	17
கால வெள்ளம்	19
மன்னித்துவிடுங்கள் ராஜா	20
அந்த மீசையைக் கண்டுபிடிப்பது கஷ்டம்	22
கொனட்டி	23
கூ	24
சொர்க்கபுரி	25
சாலையென்றால் ஓடும்	26
பெரிய கத்தி	27
கமுக்கமான சாம்பல் நிறம்	28
ஒற்றை ஆள் கட்டில்	29
ஒளிபெருக்கிச் சாமான் வண்டி	30
யூகங்கள் பற்றிய சில யூகங்கள்	32
2065 ஆகஸ்ட் 3	33
கவிஞன் என்கிற ஒரு தினுஷன்	35
வாழ்க திருவாளர் ஜி என்	36
9.30 மணி தோசைகள்	37

தன்னு மொட்டை	38
தெய்வத்தின் தெய்வம்	39
கடைசி வாழ்வு	40
மீன் என்கிற சொல்	41
இருபத்தைந்து ஆண்டுக் காலத் தூர வாழ்வு	42
எழில் பல் மருத்துவமனை	44
துயரங்களின் நாடகம்	46
பழைய உலகம்	48
சாலை சில குறிப்புகள்	49
மித்	52
எதிர்காலத்தைத் தூக்கிப் பறத்தல்	53
சின்னஞ் சிறிய கைகள்	54
க்ளிஷேக்கள்	55
சாக மனதில்லாதவர்	57
சாபக்கேடு	58
தீபக் சங்கீதாவுக்குத் தெரியாதது ஒன்றுமில்லை	60
சுவாரசியக் குறைவு	62
திலோன் பென்ஹாரை கடித்த கழுதை கன்னத்தில் கடித்தது	63
ஒரு சிறிய பூச்சி	65
மௌன ராகம் பிஜிளம்	66
தரையிலை	67
படு ரகசியம்	68
பராக்கிரமம் பொருந்திய	69
கட்டுக் கோப்பு	70
வெகுவிமரிசை	71
அரைக்கைச் சட்டை...	72
நடுநாயகம்	74
பூஸ்	75
களேபரம்	76
ப்வூ...	77
சங்கடம்	78

சமம்

நதியிலிருந்து கொஞ்சம் பிடித்துச் செடிக்கு ஊற்றினேன்
நதியில் கொஞ்சம் பிடிப்பதென்பது
கொஞ்சம் மீன்களைப் பிடிக்கச் சமம்
மீன்களைப் பிடிக்க வந்த கொஞ்சம் கால்களைப் பிடிக்கச் சமம்
ஆமாம் நீங்கள் நினைக்கின்ற எல்லாவற்றிலுமிருந்தும்
கொஞ்சம் பிடிக்கச் சமம்தான்
அப்பொழுது நதியிலிருந்து எடுத்து நான் ஊற்றவில்லைபோல
மூதாதையர்களாகிய நாங்கள் ஊற்றியிருக்கிறோம்
இன்னும் ஒரு குவளை நதியில் அள்ளினோம்
எல்லாமும் சேர்ந்து வந்து குவளையில் விழுந்தன
நதியிடம் போய்வருகிறோமெனச் சொல்லி நாங்கள்
அங்கிருந்து கிளம்ப
சரியென நதி தலையை ஆட்டுகிறபோது எல்லாமே ஆடியது
வீட்டு செல்ஃபிலிருந்த புத்தக அடுக்கும் ஆடி
அதிலிருந்த இலக்கிய விசாரம்
கீழே சரிந்தது
என்ன க.நா.சு நீங்கள் மட்டும் எழுகிறீர்கள்
எல்லா எழுத்து ராட்சசர்களையும் தூக்கிவிடுங்கள்
எல்லாரும் எல்லாமுமாகச் சேர்ந்து உலகம் இருக்கிற இடத்தில்
தூக்கி ஒரு நதியை வைத்தோம்

❖

பெரிய தவளை

தூக்கமா இல்லை அசைவின்மையா தெரியவில்லை
தவளைப் பக்கம் நான் நெருங்க நெருங்க அது
                                                    அசையாமல் நின்றது
அதன் அசைவின்மையைத் தொட்டுப் பார்க்க நினைத்தேன்
அசைவின்மையைக் கைகளில் தூக்கவேண்டும் போலிருந்தது
தொட்டுப் பார்த்தால் அதன் அசைவின்மை கலைந்துவிடும்
அசைவின்மையைத் தொடவே முடியாதோ
தூங்கவில்லை கண்கள் திறந்திருந்தன
அதன் அசைவின்மை பலமாக இருந்தது
நெஞ்சைப் பிடித்து உலுக்கியது
ஒவ்வோர் அடிக்கும் எனது கால்கள் நடுங்கிக் கொண்டிருந்தன
தவளை ஓடவேயில்லை
ஆச்சர்யமாக இருந்தது அதன் ஓடாத தன்மை
அந்தத் திடநிலை முன்னால் மண்டியிட்டேன்
அதைத் தொட்டுப் பார்க்கும் ஆசையெல்லாம் இப்பொழுதில்லை
அந்த முட்புதரிலிருந்து பின்னால் கூடிக் கவனமாகக்
காலை எடுத்து எடுத்து வெளியில் வந்தேன்
அதைவிட ஆச்சர்யம்
ஒரு பெரிய தவளை மாதிரி அப்பொழுதைய அந்த
                                                  உலகம் இருந்தது

❖

காலாதீதம்

இசைக் கலைஞன் இசைத் துணுக்கினை அந்தரத்திலிருந்து உருவி
அன்றைக்கான இசையை மீட்டுகிறபோது
அன்றைக்கான இசை முடியவில்லை
சரி தன்னுடைய இசைக்கூட்டு அறையைச் சாத்திவிட்டுக்கிளம்பி
நாளை வரலாமென
பாதி முடிந்த இசைக் கலவையைப் பத்திரமாக அந்தரத்தில்
வைக்கையில்
பக்கத்து அந்தரத்துக்காரர் இடித்துக்கொண்டார்
இசைக்காத இசையே நமக்கு எவ்வளவு கேட்கிறது
பார், நாம் எவ்வளவு பொறுப்பில்லாமல்
அன்றன்றைக்கே வீடு திரும்புகிறோமென பேசிக்கொண்டே
இரண்டு இசைக் கலைஞர்கள் நடந்து சென்றார்கள்
அன்றைக்கு அவர்கள் முடிக்காமல் அந்தரத்தில் வைத்தவையும்
அவர்களைப்போலச் சந்தித்து அவர்களைப் போலே ஏதோ
பேசிக்கொண்டன
அதை விடு அந்தப் பேச்சு அடுத்து வரக்கூடிய நூற்றாண்டுகள்
பற்றியது
அதில் நமக்கு எந்தப் பயனுமில்லை
வா, நாம் போய்த் திரும்ப வேண்டுமென மொஸார்ட் சொல்ல
பீத்தோவன் தலையசைக்கிற சாக்கில்
காற்றில் தலையால் ஒன்றை மீட்டிக்கொண்டார்

❖

பழிக்குப் பழி

கை நரம்புகளை அறுத்துக்கொண்டு சாகவிருந்தவன்
கத்தியைத் தேடினான்
தயாராக அதைப் பக்கத்தில் எடுத்துவைத்துக் கொள்ளாததால்
அவன் எப்படி தற்கொலை செய்துகொள்கிறான் பார்க்கிறேனென
உள்ளுக்குள்ளாக தற்கொலை கறுவிக்கொண்டது
தற்கொலையின் கிறுக்குக் குணத்தால் ஒருவழியாக
அவன் தப்பித்துவிட்டான்
அன்றைக்கு அவன் இறந்ததற்கு அந்தக் கிறுக்குக் குணமும்
காரணம்
தற்கொலையென்ற தன்னுடைய பெயரைக் கோபத்தில் அது
வேறு ஏதோவாக மாற்றிக்கொண்டது
கத்தியைக் கையிலெடுத்துக்
கை நரம்புகளை அறுத்துக்கொண்டவன்
தற்கொலை செய்யாமல்
அன்றைக்கு வேறு ஒரு பெயரில் செத்தான்

❖

கண்ணாடி சத்தம்

கண்ணாடிப் பொருள்கள் சத்தங்களாகப் புரிந்து
										கொள்ளப்படுகின்றன
சத்தங்களாகவே அவற்றை நினைவில் வைத்திருக்கின்றனர்
சத்தங்களையே ஒரு இடத்திலிருந்து இன்னொரு இடத்திற்கு
										நகர்த்துகின்றனர்
சத்தம் காது சம்பந்தப்பட்டது என்பதால் காதுகளை றெக்கை
										போலாக்கி
தலையைத் தூக்கிக்கொண்டு பறந்து அங்கிருந்து மறைய
										சொல்கின்றனர்
எவ்வளவு சொன்னாலும் காதுகளோடே சத்தங்களும்
சேர்ந்து பறக்கிறதை என்ன சொல்ல
அதனால் உடையாமலே சத்தம் வருகிறது
ஆனால் உடைவதற்கும் முன்னுள்ள பளபளப்பு சத்தம்
										மாதிரியில்லை
ரொம்பச் சாது
உடைந்துதான் எல்லாவற்றையும் கெடுத்துக்கொள்கிறது
கண்ணாடிப் பொருளுக்கு அதன் சத்தத்தை விழுங்கப்
										பழக்க வேண்டும்
யார் பழக்குவது
ஆனால் கண்ணாடிப் பொருள் இப்படிச் சொல்கிறது
நான் அமைதியாகத்தான் நொறுங்குகிறேன்
நீங்கள்தான் சத்தம் எழுப்பிக்கொள்கிறீர்கள்

❖

சாகச மேடை

ஒரு மரத்தை புல்டோசர் கொண்டு சாய்க்க அது விழும்
பெரிய பெரிய கொப்புகளாக அறுத்தும் கீழே கிடத்தலாம்
இயற்கையின் அதட்டலுக்கும் உடனே அது செவிமடுக்கும்
இப்போது ஒரு மரம் தூரோடு சாய்ந்துகிடக்கிறது
அது எப்படி விழுந்ததென்று நமக்குத் தெரிய வேண்டாம்
அதற்கெனத் தனியாக ஆட்கள் இருக்கிறார்கள்
மரம் ஏறுகிற ஆசையில் கிடந்து மருகுகிறவர்களெல்லாம்
பிடித்து உடனே அதில் ஏற ஆரம்பிக்கலாம்
மரம் ஏறுகையில் இருக்கும் அந்த நடுக்கம் கைகளில் வரவேண்டும்
கீழே பார்க்காமல் போகவேண்டுமெனவும்
அவ்வப்பொழுது சொல்லிக்கொள்ளலாம்
அது உங்கள் பிரியம்
எப்படியாவது சிரமப்பட்டு ஏறி உச்சிக்குச் சென்றுவிடுங்கள்
அங்கிருந்து ஒரு காயைப் பிடுங்கிப் போட்டால் போதும்
எல்லாம் முடிந்தது
அவ்வளவுதான் எல்லாம் முடிந்ததென
நீங்கள்பாட்டுக்கு ஒரு ஃபோட்டோவிற்கு போஸ் கொடுத்துவிட்டு
சாதாரணமாக இறங்கி வந்துவிடப் போகிறீர்கள்
இப்பொழுது அந்த மரத்தை ஒரு புரட்டு புரட்டிவிடுகிறோம்
அடியில் கூடி எப்படி இறங்கலாமென யோசியுங்கள்
ஏனெனில் நம் பார்வையாளர்கள் யாரும்
அந்தரத்திலிருக்கும் ஒரு மரத்தில் இதுவரை
தொங்கியிருக்கமாட்டார்கள்

யாவருக்கும் தெரியும் வானம்

வானத்தை மேய்த்துக்கொண்டிருந்தார்
ஐந்து குதிரைகள் பூட்டிய வண்டியில்
தனியொருவனாக மேய்த்துப் போவதாக நினைப்பு
அந்தரத்தில் வண்டியை ஓட்டிய
அவர் சொன்னதையெல்லாம் அந்த மேகம் கேட்டது
யானை மாதிரி ஆகச் சொல்ல யானை வடிவம் எடுத்தது
கலைந்துபோகலாமென்றதும் ரத்தம் சிந்தாமல் உடைந்தது
ஒரு இடத்தில் லகானைத் தளர்த்தி மேகத்தைப் பார்த்தபடி
கண்ணிற்கெட்டும் தூரத்திலேயே இருங்களென்றதும்
                                  கேட்டுக்கொண்டது
என்னைக் கேட்காமல் கீழே வந்துவிடக்கூடாதென்றதும்
தலையை ஆட்டியது
பறவைக் கூட்டம் வருகிறது அதற்கு வழிவிடுங்களென்று
அந்தப் பொறுப்பையும் கூட அவரே கவனித்துக்கொண்டார்
பிடிமானங்களற்ற பாதை
என் கண்கள் இருக்கின்றன கவலை வேண்டாம் என்றவுடனே
அவர் காட்டிய திசையில் பறவைகள் ஒன்றுபோல
                                  வலசை சென்றன
திடீரென அவருக்கு மழையைப் பார்க்க ஆசை
மேகத்தைப் பார்த்து மழையைப் பொழியுமாறு கட்டளையிட்டார்
அவருக்கு மட்டும் அங்கே மழை பெய்தது
அவர் நனையக்கூடாதென்று சொன்னதால் நனையவில்லை
மழை அவருக்கு மட்டும் அங்கே பெய்துகொண்டேயிருந்தது

லௌகீக வாழ்க்கையில் நாட்டம் வந்துவிட்டதால்
சிறிதுநாட்களுக்கு உங்களைக் கண்டுகொள்ள முடியாதென்று நினைக்கிறேன்
தினமும் என்ன செய்யவேண்டுமென எழுதித் தந்துவிடுகிறேன்
கவனமாகப் படித்துச் செயல்பட்டுக்கொள்ளுங்களென்றவர்
ஒருதாளில் ஏதோ எழுதி அதை
வானத்தைப் பார்த்தவாறு தரையில் ஒட்டி
குதிரைகளைக் கொட்டிலில் பூட்டிக் கிளம்பிச்சென்றார்
முதல்நாளில் வானம் இடப்பட்ட கடமையைச்
                                                செவ்வனே ஆற்றிவர
வரிசை மாறிக்கொள்ளலாம் ஒன்றும் பிரச்சினையில்லை
எனக் கடைசி வரியாக அந்தத் தாளில் எழுதி முடிக்கப்பட்டிருந்தது
மேகங்களுக்குச் சந்தோசம் தாங்கமுடியவில்லை
என்ன செய்வதென்றே புரிபடவில்லை
மகிழ்ச்சியில் துள்ளிக் குதித்து நிற்காமல் மழையாகப்
                                                  பொழிந்து தள்ளியது
பூமியிலுள்ள எல்லார்மீதும் பெய்தது அந்த மழை
எல்லாரும் மழையில் தொப்பலாக நனைந்தனர்

❖

கடவுள் ரம்மி ஆடினார்

கண்ணாடி போட்டவர்களைக்
கடவுள் கண்ணைக் குத்த மாட்டார்
அவர்கள் சிறிய தவறுகள் செய்யலாம் ஒன்றும்
பிரச்சினையில்லை
வந்த வேகத்தில் கண்ணாடியைக் கழற்றிக்
குத்துவதற்கெல்லாம்
அவருக்கு அவகாசம் இருக்காது
ஒரு கணம் நின்று பின்பு வந்த நோக்கத்தையே மறந்துவிடுவார்
கண்ணாடியோடு குத்துவதற்கு அவர் ஒன்றும் அவ்வளவு
மட்டமான ஆள் கிடையாது
அவன் கண்ணாடி போட்டிருக்கிறானென
தெரிந்த வேறு கடவுள்களுக்கும் அவரே சேதி அனுப்பிவிடுவார்
கடவுள்கள் அந்த நேரங்களில் சேர்ந்து
ரம்மி ஆடிக் கொள்வார்கள்
இவையெல்லாமே கண்ணாடி போட்டவர்களுக்கும் தெரியும்
அதனால் அவர்கள் யாரையுமே சட்டை செய்வதில்லை
லேய்ஸ் பாக்கெட்டுகளை அவர்கள் இஷ்டத்திற்கு மேய்வதை
கடவுளே பார்த்தாலும் உள்ளங்கையில் குத்திக்கொண்டு
உதட்டைச் சுழித்தவாறுதான் போகிறார்
கண்ணாடியை மேனரிசத்துடன் கழற்றிச் சாவகாசமாக
அந்த சாஃப்ட் மஞ்சள்துணியால் துடைத்துக் கொண்டிருக்கையில்
ஒருவேளை கடவுள் வந்துவிட்டால் என்ன செய்வதென்கிற பயம்

கண்ணாடிவாலாக்களுக்கு இல்லாமலில்லை
ஆனாலும் காலக் கச்சிதமாக வந்துசேர முடியாது
வினாடியளவு தாமதம் இருக்கத்தான் செய்யும் என்ற
நம்பிக்கைக் கீற்றைப் பரஸ்பரம் எழுப்பிவிட்டுக்கொள்கிறார்கள்
இல்லையென்றாலும்
துடைத்துச் சீக்கிரம் அணிவதற்கு
பழகிக்கொள்ள வேண்டியதுதான்
இவ்வளவு அனுகூலங்களில் சீக்கிரம் கூடவா அணிய முடியாது
ஆம் முடியாதென திமிராகச் சொல்லிவிட்டார்கள்
இப்பொழுதெல்லாம் சிறிய தவறுகள் செய்பவர்கள்
சும்மானாலும் கண்ணாடி போட்டுக் கடவுளை
உசுக்காட்டுகிறார்கள்
கடவுளின் நல்ல தன்மைமீது ஏறி
எல்லாருக்கும் ஒரே குதியாட்டம்தான்

❖

கால வெள்ளம்

குறி தவறியதும்
அய்யோவென தலையில் கைவைத்துக்கொள்வதைத்
தோற்றுப் போய்விட்டதாகக் கருதுகிறோம்
தலை இருக்கிறதாவென அவர் சரிபார்க்கிறார்
தலை இருக்கிறது
அப்படியே முடி இருக்கிறதாவென்றும் தடவிப்பார்க்கிறார்
அதற்கும் எந்தப் பழுதுமில்லை
ஏனெனில் காலவெள்ளம் கடுமையான ஒன்று
தலையெல்லாம் உருட்டிக்கொண்டு போய்விடும்
தலைமுடியுமே அதில் வழுக்கியோடக் கூடியதுதான்
காலவெள்ளம் தன்னை ஓடிக் கடந்துவிட்டதோயென
ஒரு சந்தேகம் அவருக்கு
குறி தவறி ஒரு வாய்ப்புக் கிடைத்தது
லபக்கெனப் பிடித்துக்கொண்டார்
தலை அது இருக்கிற இடத்தில் இருப்பதுபோலத்தான்
கால வெள்ளம் ஓடிக்கொண்டிருக்கிறது
இப்போதைக்கு

❖

மன்னித்துவிடுங்கள் ராஜா

நாம் நினைத்த இடத்திற்கெல்லாம் இளையராஜா வரமாட்டார்
இளையராஜா எங்கு கூட்டிப் போகிறாரோ அங்கேதான்
நாம் போகவேண்டும்
அவருக்கு அப்படியென்ன செருக்கு
அதனால்தான் அவரை குண்டுக்கட்டாகத் தூக்க முடிவெடுத்தேன்
அப்பொழுது இளையராஜா பான்பராக் மென்று கொண்டிருந்தார்
என்ன அவசரம் . . . துப்பிவிட்டு வருகிறேன் என்றார்
அவரது ரசிக கோடிகள் இளையராஜா ஹிட்ஸ் லயிப்பில்
கிடந்தனர்
நான் கூறியது தெரிந்திருந்தால் என்னை வெட்டிக் கூறு
போட்டிருப்பர்
எப்படியாவது இதை மறைக்க வேண்டும்
வாய் கழுவுவதற்கு வேகவேகமாக ஒரு குவளை மொண்டுவர
என்னைக் கோபமாகப் பார்த்துப் பித்தளைக் குவளையைப்
புறங்கையால்
தட்டிவிட்டார்
அவர் இளையராஜா எது வேண்டுமானாலும் செய்வார்
இப்பொழுது உருகுகிற மனநிலையில் இல்லை என்றால்கூட
வைத்து உருக்காமல் விடமாட்டார்
விபத்திற்குள்ளாகிக் கிடக்கும் பேருந்து
அங்கும் ஒருவரைப் பிசைந்துகொண்டிருப்பார்
கொஞ்சங் கூட இங்கிதம் தெரியாத மனிதர்
இங்குதானே கார்த்திக் வசீகரித்துக்கொண்டிருந்தார்

இங்குதானே ரேவதி குத்தலாகப் பேசினார்
இங்கெல்லாம்தானே மௌன ராகத்தின் ஹைலைட்டான
பிஜிஎம் என
மணிரத்னம் படத்தில் வரும் காஸ்மோபாலிடன் நகர வீதிகளில்
என்னை ஏமாற்றியவர்தானே இந்த இளையராஜா
மனுஷன் என்னையே பார்த்தபடி இருந்தார்
இப்படித்தான் அவரைப் பக்கத்திலிருந்து பார்க்க
வேண்டுமென்ற ஆசை
வேறென்ன பெரிய மயிரு காரணங்கள்
அவரது வாயில் இன்னும் பான் பராக் மணம் அடித்தது
அடிக்கட்டுமே இளையராஜாவை அது என்ன செய்து
விடப்போகிறது
சின்ன எறும்பு நசுக்கித் தூக்கியெறிந்துவிடுவார்
இப்படிச் சில்லறைச் சங்காத்தங்களையெல்லாம் அடித்துக்
காலிசெய்ய வேண்டும் என்பதற்குத்தானே
நாற்பது ஆண்டுகளாக நம்மை இப்படிப் பிழிந்து
கொண்டிருக்கிறார்
வேறு எதற்காக அவர் இப்படி இசைக்க வேண்டும்

❖

அந்த மீசையைக் கண்டுபிடிப்பது கஷ்டம்

கண்ணாடியில் மீசை வரைந்து
தன் முகத்தை அதில் பொருத்திக்கொள்பவன் ஒருவன் இருந்தான்
தன் முகத்தை அதில் நிறுத்திக்கொள்வதிலேயே
அவனுக்கு நாட்கள் கழிந்தன
முகத்தை அதிலிருந்து கழற்றுவதும் மாட்டுவதும்
அவனுக்குக் கைவந்த கலை
சந்தோச மனநிலையென்றால்
உடம்பெங்கிலும் ஒட்டவைத்துச் சிரித்துக்கொள்வான்
மீசையைத் தெரிவுசெய்துகொண்டிருந்த நாட்கள்தான்
அவனுக்குச் சவாலான காலகட்டமெனச் சொல்லலாம்
எங்களையெல்லாம் ஒரு கூத்துக் கலைஞரிடமாவது
கொடுத்துவிடலாமே
எனத் தேர்ந்தெடுக்காமல் போன மீசைகள் நச்சரிப்பதை
அவன் கண்டுகொள்வதேயில்லை
வீட்டிற்கு வந்ததும் கண்ணாடிமுன்நின்று அதை மாட்டிக்
கொள்வான்
அவனுக்கும் மீசைக்கும் ஒரு சினேகம் உருவாயிருந்தது
உன்னோடே வந்துவிடுகிறேனென கொஞ்சநாட்களாக
அந்த மீசை
கெஞ்ச ஆரம்பித்திருந்தது
தன்னுடைய படு ரகசியம் அம்பலமானால் எவ்வாறிருக்குமென
அவனது மனக்கண் முன்னால் வந்துபோனது
அந்த ஒரு க்ஷணத்திற்காகக் கண்ணாடியில் வரைந்திருந்த
மீசையைத்
துப்பாக்கியெடுத்துக் குறி பார்த்தான்

◆

கொனட்டி

கட்டில்கள் மனிதர்களைக் கட்டில் வடிவத்திற்குத் தாங்குகிறது
கட்டில் வடிவத்தில் படுக்கிறார்கள் கட்டில் வடிவத்தில்
புரளுகிறார்கள்
விழுந்தாலுமே பழக்க தோசத்தில் கட்டில் வடிவத்திலேதான்
விழுந்துகிடக்கிறார்கள்
எல்லாவற்றையும் கட்டிலுக்கேயான படுக்கை வசத்தில்
செய்துகொள்கிறார்கள்
குன்றுகள் மாதிரி உட்கார்ந்திருப்பவர்களைக் கட்டில்கள்
இருக்க விடாது
இரண்டு கைகள் நீட்டிச் செல்லங் கொஞ்சும்
மறுப்பேதும் சொல்லாமல் அவர்களும் கட்டில் வடிவத்தோடு
சேர்ந்து
கொனட்டிக்கொள்வார்கள்
அதுவொரு மகா கொனட்டல்
எழுந்து போகையில் கட்டில்களையும் சேர்த்துத் தூக்கிப்
போகிறார்கள்
புங்க மரத்தடியின் தரையைத் துண்டால் உதறிப் பிறகு
அந்தக் கட்டிலை அங்கே விரித்துக்கொள்கிறார்கள்
முதுகுக்கு கீழே அவர்கள் வரைந்த கட்டில் அது
அவர்கள் வளர்த்த சொந்தக் கட்டில்
கட்டில்களும் இங்கிதத்துடன் நடந்துகொள்கின்றன
எழும்போது தங்கள் கால்களைத் தாங்களே மடக்கிக் கொள்கின்றன
படுக்கையில் தங்களைத் தாங்களே விரித்துக்கொள்கின்றன
பேருந்துப் பயணத்திலும் யாரையும் தொந்தரவு செய்வது
கிடையாது
மிகுந்த நாசூக்கு அது
தன் பிரச்சினையைத் தானே பார்த்துக்கொள்கிறது
எங்கென்றாலும் அவர் சுயநலத்திற்கு அவர் விரித்து
அவர் படுத்துக்கொள்கிறார்
நமக்கு ஏன் இந்தப் பொச்சுக் காப்போ

❖

கூ . . . . . .

கூ . . .வென்று கேட்ட ரயிலின் சத்தத்தை எடுத்துக் காது
குடைந்தேன்
பெரிய சத்தம் அது
தலை அந்தப் பக்கமும் இந்தப் பக்கமும் நெளிந்தது
ரயிலில் விழுந்து இறந்த ஒருவர் திடீரென காதிலிருந்து வந்து
விழுந்தார்
அவர் சொன்னார்
அந்தச் சத்தம் என்னைக் காப்பாற்றவே இல்லை
அதை ஏன் எடுத்தாய் கீழே போடு
அவரே எழுந்துவந்து என் காதுகளிலிருந்து அந்தச் சத்தத்தை
உருவி எடுத்தார்
தண்டவாளத்தின் சொருகு கம்பியை எடுத்துக்கொண்டு
சில சிறுவர்கள் வெளியேறி ஓடினர்
கொய கொயவென பாம்புக் குஞ்சுகள் விழுந்தன
ஆயிருக்கும்போது எழுந்து நின்ற அநேகப் பேர்கள் வந்தனர்
பழுதாகி நின்ற ஒரு ரயிலே கையில் வந்தது
சிறு பிராயத்தில் ரயிலை ஒட்டிய வீட்டிலிருந்தோம்
அதனால்தான் இவ்வாறு ஆகிவிட்டது
மன்னித்துவிடுங்கள் என்றேன்
அவ்வளவு பெரிய சத்தம்
தன்னைக் காப்பாற்றவில்லையேயென்ற வருத்தத்தில்
இறந்துபோனவர்
பழைய இடத்தில் பழைய மாதிரியே படுத்து இறந்தார்

சொர்க்கபுரி

ஒன்று சொல்ல வேண்டுமென்றால்
இவ்வுலகை உண்மைதான் கோலோச்சுகிறது
உண்மையின் நெஞ்சு அம்புபட்டு வீழ்ந்துகிடக்கிறது
என்பதெல்லாம்
பச்சைப் பொய்
உண்மையின் நெற்றியை நோக்கித்
துப்பாக்கி ரவைகள் சென்றுகொண்டிருக்கின்றன என்பதுவுமே
பொய்யியல்வாதிகளால் செய்யப்படுகின்ற கடைந்தெடுக்கப்பட்ட
அயோக்கியத்தனம்
அப்புறம் ஏன் உண்மையிடம் இவ்வளவு பதற்றம்
ஏன் உண்மை இதையெல்லாம் இப்பொழுது
சொல்லிக்கொண்டிருக்கிறது
உண்மைக்கு என்னாயிற்று
இந்தக் கேள்வி வந்ததுமே உரையாடலிலிருந்து உண்மை
லெஃப்ட் ஆகியது
திரும்பத் திரும்ப அதற்கு லிங்க்கை அனுப்பினார்கள்
எவ்வளவு முயன்றும் அது இணைப்பிற்கு வரவே இல்லை
நாம் தொடரலாம் ஒன்றும் பிரச்சினையில்லையென
இணைப்பில் இருந்தவர்கள் சொன்னார்கள்
நாம் வழக்கம்போல ஒரு திரைப்படத்தை ஓடவிட்டோம்
ப்ரைட்னெஸைக் கொஞ்சம் கூட்டுங்கள் ப்ரோ என்றார் ஒருவர்

சாலையென்றால் ஓடும்

எனக்கு காரோட்டத் தெரியாதுதான்
ஏறிக்கொள்ளுங்கள் சாலையை ஓடச் சொல்கிறேன் என்றால்
ஒருவரும் நம்பவில்லை
ஓடுகிறேன் என்று சாலையையே சொல்ல வைத்தேன் அது
தனிக்கதை
எல்லாரும் காருக்குள் ஏறினோம்
நான் ஸ்டீரிங்கைப் பிடித்து போஸ் கொடுத்தேன்
கீழே பார்த்தால் தலை தெறிக்கிற மாதிரி சாலை ஓட
ஆரம்பித்தது
நடந்துசென்ற ஒருவர் காரை முந்தினார்
எங்கள் மூளையின் பிசுபிசுப்பை இளையராஜா தொட்டுப்
பார்த்தபோது
ஒரு நிமிடம் இளையராஜா என அவரிடம் அனுமதி கேட்டு
சாலை சோர்வடைந்தால் இறங்கி யாராவது சாலையைத்
தள்ளவேண்டியது வரும் என்றேன் எல்லாரையும் பார்த்தவாறு
இதை முதலிலேயே சொல்லவில்லை என்று சண்டை
செய்தார்கள்
நானே ஓடிக்கொள்கிறேனென்று
வழியில் நெல்மணியைக் கொத்திக்கொண்டிருந்த மைனாவைச்
சூவென பத்திவிட்டது சாலை
சாவகாசமாகத் தலையைத் திருப்பிய மைனா சாலையைத்
தூர விரட்டியது
யாருடைய ஸ்டாப்பும் வரவில்லை
தூங்கி எழுந்து பார்த்தால் சாலை ஒரே இடத்தில்
ஓடிக்கொண்டிருந்தது
ஏறிய இடம் வந்துவிட்டது இறங்குங்கள் இறங்குங்களென
அவசரப்படுத்தியதும்
ஓடிக்கொண்டிருக்கும் சாலையில் கவனமாகக் காலை வைத்து
ஒவ்வொருவராகக் கீழே இறங்கினோம்

❖

பெரிய கத்தி

மரத்தின் நூற்றுக்கணக்கான இடங்களிலிருந்து
நூற்றுக்கணக்கான பறவைகள்
ஒரே நேரத்தில் எழுந்து ஒரே மாதிரிப் பறந்தன
கத்தி மாதிரி என்பார்களே அப்படி
அப்படியொரு கத்தியை அதற்குப் பின் நான் பார்க்கவேயில்லை
அதனால்தான் அதை நாமே பழகிக்கொள்ளலாமென
ஓர் இலையைப் பிடித்து ஆட்டத் தொடங்கினேன்
பத்துப் பதினைந்து இலைகள்கொண்ட ஓர் இணுக்கை
இணுக்குகள் இணுக்குகளாகச் சேர்ந்த சிறிய கொப்பைச்
சிறிய கொப்புகளாக ஆன ஒரு பெரிய கிளையை
எல்லா திசைகளுக்கும் முளைத்த ஒரு மரத்தையே
ஆட்டிக்கொண்டிருந்தேன்
இவ்வளவும் செய்ய எனக்கு ஒரு நொடிதான்
விளக்கும்பொழுதுதான் இவ்வளவு நீளமாக உள்ளது
மற்றபடி வழக்கம்போல உள்ள நொடியே
பிடித்து ஆட்டுவது இப்பொழுதெல்லாம் அலுத்துவிட்டது
அதனால் பறவைகளைப் பார்த்தவாறு பறங்களென மட்டும்
சொல்கிறேன்
அவை கத்தியை விரித்துக்கொள்கின்றன
தாணிப்பாறைச் சுனை மருங்கிருந்த ஒரு மரத்திடம் அன்றைக்குச்
சற்றுப் பலத்துச் சொல்லிவிட்டேன்போல
சுற்றி நின்றுகொண்டிருந்த மரங்களெல்லாம் சேர்ந்து
தரையிலிருந்து விருட்டெனப் பிடுங்கிக்கொண்டு பறக்க
ஆரம்பித்தன
அப்புறமென்ன
அந்தரத்தில் நல்ல வாகான மரங்களாகப் பார்த்து
ஏறிக்கொள்ளுங்களென
பறவைகளை அதில் ஏற்றிவிட்டேன்

❖

கமுக்கமான சாம்பல் நிறம்

சாம்பல் நிறப் பிரியர் அவர்
சாம்பல் நிறம் பிடிக்குமென எல்லாரிடமும் சொல்வார்
சாம்பல் நிறச் சட்டை சாம்பல் நிற வண்டி சாம்பல் நிறக் கைக்கடிகாரத்தில்
அடித்துத் தூள் பறத்துவார்
அவ்வப்பொழுது சாம்பல் நிறத்தை கூகுளில் சர்ச் செய்வார்
இரவுச் சாப்பாட்டிற்கு ஒரு கிண்ணம் சாம்பல் போதும் என
ஆச்சர்யம் தருவார்
எதைத் தொட்டாலும் சாம்பல் நிறத்தைத் தொடுவதாகவே உள்ளது என்பார்
கடைசியில் கூட பாருங்கள் எல்லாம் சாம்பல் தானெனச் சிரிப்பார்
சாம்பல் நிறம் பிடிக்குமென யாராவது கூறிவிட்டால் போதும்
கட்டிக் கண்ணீர் சொரிவார்
யாரோ ஒருவரைக் கட்டிப்பிடித்துக் கண்ணீர் விட்டுக்கொண்டிருந்தார்
அவரிடம் மெதுவாக
சாம்பல் நிறத்தைப்போலக் கமுக்கமாக இருங்களேன்
அதன் பிரத்யேகக் குணமே கமுக்கம்தானே என்றிருக்கிறார்
அந்த யாரோ ஒருவர்
அவர்கள் பற்றிய பேச்சு இத்தோடு முடிந்தது
இவ்வளவு நேரம் சாம்பல் நிறத்திடம் ஒரு அலட்டல் இல்லை
யாரையோ சொல்வதுபோல பராக்கு பார்த்தது
தன் கமுக்கக் குணம் கண்டறியப்பட்ட அடுத்த நிமிடம் கோபத்தில்
அதற்கு மூக்கு சிவந்துவிட்டது
தன் கமுக்கத்தின் மீதே ஓராயிரம் சந்தேகக் கண்களை எடுத்து வீச
கமுக்கமல்லவா கமுக்கமாக இருந்துகொண்டது
ஓராயிரம் கண்கள் ஏதாவது சொல்லிச் சமாளித்துக் கொள்வோம்
என்றபடியே ஒவ்வொன்றாகத் தரையிறங்கின

ஒற்றை ஆள் கட்டில்

பொணம் மாதிரி மேலே பார்த்தவாறு படுக்கவென்றால் அதற்கு
ஒற்றை ஆள் கட்டில் ரொம்ப வசதி
ஒரு சாய்ச்சி படுக்கவென்றால் அது சரிப்படாது
அதற்குக் கயிறு மேலே நடந்து பழகியிருக்க வேண்டும்
பொணம் மேலே பார்த்தவாறு படுக்குமா என நிறுத்தி
                                           யாராவது கேட்டால்
முதலில் பொணம் படுக்குமா எனக் கேட்டுக் கேட்டவரை
                                           மடக்கிவிடலாம்
தொடர்ந்து போக வேண்டிய ஏரியா அது இல்லை என்பதால்
திரும்பவும் ஒற்றை ஆள் கட்டிலுக்கு வருவது நல்லது
ஒற்றை ஆள் கட்டில் என்றால் பொழுதைக்கும் மேலே
                                           பார்த்தவாறே
அப்படியே கிடக்க வேண்டும்
சிறிதுநேரம் ஒருக்களித்துப் படுக்கலாமென புரண்டாலும் கூட
மூன்றாவது மாடி பால்கனிச் சுவரில் படுத்துப்
                                           பழகவில்லையென்றால்
அதுவே அதலபாதாளத்திற்குரிய வழி
ஆமாம் அப்படித்தானே எனும்படியாக ஒன்று நினைவிற்கு
                                           வருகிறது
பொணத்திற்கும் கூட ஒருக்களித்துப் படுக்கத் தெரியாது
மன்னிக்கவும் . . . பொணத்தை அங்கிருந்து உடனே
                                           அகற்றிவிடலாம்
அந்தக் கட்டிலில் இனி பொணம் இருக்காது உறுதி
அந்த கட்டிலில் பொணத்தை இல்லாது ஆக்க சுலபமான ஒரு
                                           வழியுள்ளது
கட்டிலில் பொணத்தை ஒருக்களித்துப் படுக்க வைக்கலாம்
தூரத்திலிருந்து பார்த்தால் பொணம் இல்லாதது போலே
                                           தெரியும்
அந்த ஒற்றை ஆள் கட்டிலில் இப்பொழுது ஒருக்களித்துப்
                                           படுத்திருப்பது
பொணமா இல்லை வேறு யாருமா

❖

ஒளிபெருக்கிச் சாமான் வண்டி

திருவிழா நிறைவு பெற்றிருக்க வேண்டும்
ஒளிபெருக்கிச் சாமான்களை ஏற்றிய அந்த லாரி
எனக்கு முன்னால் சென்றுகொண்டிருந்தது
ஓட்டை ஒடசலான மிகப் பழைய சாமான்கள்
ஆனாலும் திருவிழாயென
விருந்தாட்களிடம் இதைத்தான் காட்டியிருப்பார்கள்
ஊரின் அத்தனை இடுப்புகளையும் பளீரென இவைதான்
காட்டியிருக்கும்
இவற்றை சந்திக்கத்தான் அகால நேரத்தில் வாசனை க்ரீம்களை
பிதுக்கிக்கொண்டிருந்திருப்பார்கள்
இவைதான் இளவட்டங்கள் பலரைப் பிசுபிசுக்க வைத்திருக்கும்
ஒளியை வளைக்க வளைக்கப் பாய்ச்சியவை
ஒளியை உறிஞ்சி இப்பொழுது வெறுமனேக் கிடந்தன
இரவுகள் மீது வேலைப்பாடு செய்கிற கலைஞராய்த்தானிருக்கும்
காலைத் தொங்கவிட்டவாறு லாரியின் பின்னால் இருந்தார்
எந்த ஊரில் அட்வான்ஸ் பேசியுள்ளனர் தெரியவில்லை
நான்குவழிச் சாலையில் மிதந்துகொண்டிருந்தது வண்டி
பின்னாலிருந்தவரை ஒரு கணம் பார்க்க பக்......என்றிருந்தது
தூக்கம் அவரது கண்களைப் புரட்டிக்கொண்டிருக்க
தூங்காமலிருக்க என்னவெல்லாஞ் செய்ய வேண்டுமோ

அத்தனையும் செய்தது அவர் முகம்
இவையெதுவுமே தூக்கத்திற்குப் புரியவில்லை
                              கண்டுகொள்ளவுமில்லை
சொட்டளவிற்குக் கூட அதனிடம் கருணை இல்லை
ஆதிகாலத்திலிருந்தே தூக்கம் ஓர் ஆபத்தான விலங்கு
தன் இலைகளைத் தானே உதிர்த்துக்கொண்டது
அதன் பற்கள் ரத்தச் சிவப்பில் குரூரமானது
முழுவதும் விஷம் பாரித்த உடல் அதனுடல்
மெல்லிசானவற்றின் அர்த்த சுத்தி அதற்குப் புரியாது
தன் காதுகளைக் கைமுஷ்டிகள் கொண்டு மூடிக்கொண்டது
எங்கென்றாலென்ன தூக்கம் வந்துவிட்டால் தூங்க
                                     வேண்டியதுதான்
அந்தப் படாடோபத்தை
அன்றைக்குத்தான் வைத்த கண் வாங்காமல் பார்த்தேன்
இரக்கமின்மைக்கேயுரிய ராஜ களை

❖

யூகங்கள் பற்றிய சில யூகங்கள்

வரவா வேண்டாமா என எண்ணிக்கொண்டேயிருக்கும் தயக்கம்
ஒரு தண்ணீர்த் தவளை
தலையை வெளியே காட்டாமல் தண்ணீருக்குள்ளே கிடக்கும்
வெளியில் நின்றுகொண்டு தண்ணீர்த் தவளை என்பவர்களை
வெளியிலிருந்து பார்க்க நாங்களென்ன தெரியவா செய்கிறோம்
தண்ணீர்த் தவளை என்கிறீர்கள்
உங்கள் வேலையைப் பார்த்துக்கொண்டு போங்களென
தண்ணீருக்குள்ளேயே இருந்து கத்தும்
பொதுவாகத் தயக்கம் சொல்வது எதுவும் கேட்காதென்பதால்
இதுவுமே கேட்காது
ஆனால் அதற்குக் காதுகள் உண்டு வெளியில் தெரியாது
வாயுமே உண்டு பேசுவது கேட்காது
அதனால்தான் தயக்க உலகத்தில் எந்நேரமும் ஒரே ஜாலி
என மார்தட்டுகிறது
காலம் காலமாகவே அதை யாராலும் பார்க்க முடியாது
அதைப் பற்றிச் சொல்வதெல்லாமே ஒரு யூகம்தான்
ஆனால் யூகங்களை அது அறவே வெறுக்கின்றது
அதனைச் சந்திக்கப் போனவர்களெல்லாம் ஏமாற்றத்துடன்தான்
திரும்புகிறார்கள்
ஒரு மாவீரன் மாற்றுருக் கொண்டு உண்ணாமல் உறங்காமல்
வெகுகாலம் பயணித்துத் தயக்க லோகத்தை நெருங்கிவிட்ட
சமயத்தில்
எப்படியோ தெரிந்துகொண்ட அதன் பிரஜைகள் தங்கள்
உலகத்தை
வெடிவைத்துத் தகர்த்துக்கொண்டார்கள்
உயிருடன் தப்பியவர்கள் புதிய உலகத்தை நிர்மாணித்துவிட்டதாகச்
சொல்கிறார்கள்
காலத்திற்கும் தயக்கம் கேட்கும் கேள்வி ஒன்றே ஒன்றுதான்
அதெப்படி இவர்கள் சொல்கிறார்கள்

2065 ஆகஸ்ட் 3

தன்னுடைய பிறந்தநாளுக்குத் தனக்குப் பரிசு தர நினைத்தான்
பெரிய இரும்புக் கம்பியைக் காதின் இந்த ஓட்டையில் விட்டு
சரியாக அந்த ஓட்டைவழியாக எடுத்துத் தன்னைக் கொல்ல
வேண்டுமென்ற
ஒப்பந்தத்தில் கையெழுத்திட்டான்
அதுவொரு கொலைக் கூட நிலையம்
எந்த மாதிரிச் சாக விரும்புகிறோமெனச் சொன்னால்
அது மாதிரி சாகடிப்பார்கள்
உலகின் பெரிய பணக்காரர்கள்தான் அங்கு சாக முடியும்
பயத்தில் சாகிறவர்கள் அங்கு இருக்கமாட்டார்கள்
அவர்கள் கூடத்திற்கு வெளியே இருக்கிறார்கள்
தனதுமுறைக்காகக் காத்திருப்பவர்களுக்கு நவீன வசதிகளோடு
வானை முட்டுகிற மாதிரி ரகவாரியான கட்டடங்கள்
அங்கு பொழுதைப் போக்கிக் கொண்டிருக்கும்போதுகூட
ஒப்பந்தத்தை ரத்துசெய்துகொள்ளலாம்
அதற்காகத்தான் அவ்வளவு பொழுதுபோக்கிகள்
சாகடிப்பதற்கென்றே தனித்தனி அறைகள்
ஒவ்வொரு சாவிற்கும் ஒவ்வொரு ப்ரத்யேக அறை
பெரிய இரும்புக் கம்பியை அவன் காதில் சொருகியதும்
துல்லியமாக அடுத்த ஓட்டைவழியாக வந்து சொளக்கெனச்
சாய்ந்தான்
உடலை அவனது தந்தையிடம் காரியம் செய்யக் கொடுக்க

அவனை ஏமாற்றிக் கொன்றுவிட்டீர்களென
சாவதற்காகக் காத்துக்கொண்டிருந்த ஒருவனது மனைவி
ஆவேசமாகக் கத்திக்கொண்டிருந்தாள்
தற்கொலையைச் சுவாரசியமாகச் செய்ய
விரும்புகிறவர்கள்தான் மேடம்
எங்களிடம் வருகிறார்கள்
அவர்களது வாழ்வில்
அவர்களது கடைசி சுவாரசியம் என்பதால்
மிகுந்த கவனத்தோடு இருக்கிறோம்
கண்ணை மூடி முழிப்பதற்குள்ளாகக் கச்சிதமாக
முடித்துவிடுவோம்
நேரத்திற்கு ரொம்பவே மெனக்கெடுகிறோம்
அரசு நெருக்கடி, அமைப்புகளின் போர்க்கொடி
என்று பல சிக்கல்களைச் சமாளிக்க வேண்டியதுள்ளது
அதற்குத்தான் வாழ்நாள் சம்பாத்தியத்தையும் விடப்
பல மடங்கு கட்டணம்
முடியுமென்றால்தான் கையெழுத்திடுவோம்
மேலும் சில சாவுகளை
எப்படிச் செய்தோமென்ற ஆவணங்களைக்
காட்டினான்
இவளால் புரிந்துகொள்ள முடியாதென ஊழியனிடம்
சொல்லிவிட்டு
மனைவியை அங்கிருந்து அழைத்துப் போனவன்
அவளிடம் தனது டோக்கன் எண்ணைக் காண்பித்தபடி
அவளது கையைப் பிடித்துக் குலுக்கிவிட்டுப் பொழுதுபோக்குக்
கூடத்தை
நோக்கி நடக்க ஆரம்பித்தான்

❖

கவிஞன் என்கிற ஒரு தினுஷன்

எங்களையும் விழாவிற்கு அழைத்ததற்கு நன்றி
இப்பொழுது எங்களையும் என்ற சொல்லை யார்
வேண்டுமானாலும்
அவரவர் வசதிக்குப் பிச்சித் தின்னலாம்
போதும் போதும் அவ்வளவு சென்றது அதுவும் போவது
வேறு பாதை
நாம் இந்தப் பக்கம் செல்ல வேண்டும்
இன்னும் போக வேண்டியிருக்கிறது சேர்ந்துபோலாமா
கூடவே வரவேண்டும் புரிகிறதா
கூப்பிடக் கூப்பிடச் சென்றனர் மூவர்
அவர்கள் போனாலென்ன நாமெல்லாம் இருக்கிறோமே
எல்லாரும் மொத்தமாகக் கைகளைக் கோத்துக்கொள்வோம்
எங்கு விட்டோம் நன்றி என்பதில்தானே
கைகளைக் கோக்கப்போனவர்கள் கைகளை உதறியபடிக்
கோக்க வேண்டுமா இவனுக்கென்ன மேலயா முளைத்துள்ளது
அவர்களின் வாயில் வந்ததெல்லாம் ங்கொம்மா ங்கொத்தா
ரகங்கள்
பின்னால் வர முடியாதவர்கள் இப்பொழுதே கிளம்பலாம்
எல்லாரையும் கைப்பிடித்துக் கூப்பிட்டுப் போக நினைக்கிறேன்
பராக்கு பார்த்தால் நான் என்ன செய்ய
நீ இழுத்த இடத்திற்கெல்லாம் வர நாங்களென்ன உனது
அடிமையா
அப்படியா... போதும் முடித்துக்கொள்ளலாம்
சரி சரி மூடிட்டுக் கிளம்பு
எங்களையும் அழைத்ததற்கு நன்றியென ஆரம்பிக்கப்பட்டு
முதல்வரியிலே கைவிடப்பட்ட கவிதையானாலும்
முதல்வரிவரைக்கும் கூட இருந்து கவுரவித்த அனைவருக்கும்........
ங்கொத்தா இவன் இன்னுமா கூவுகிறான்

வாழ்க திருவாளர் ஜி என்

நேரங்கிடைக்கும் நேரங்களிலெல்லாம் போய்
அவனைக் கொலை செய்தேன்
கொலைசெய்கிற மாதிரி நினைத்துக்கொள்வதால்
இப்படியொரு வசதி
கொலைசெய்தபின்னும் அந்த ஊரிலேதான் அவன்
சுற்றிக்கொண்டிருக்கிறான்
ஒருநாள் வழியில் பார்த்து ஹலோ சொன்னான்
என்னைச் சிறைச்சாலைக்கு அழைத்துப்போகையில் கூட
அவனைக் கடந்துதான் வண்டி போனது
அவனைத்தான் கொலை செய்தேன் என்றேன் பேசாமல் வா
என்றார்கள்
அவன் எனக்குத் துரோகம் செய்யவில்லையென உங்களால்
என்னை நம்ப வைக்கமுடியுமா என்று கேட்டேன்
அதற்காகத்தான் உன்னைக் கூட்டிப் போகிறோம் என்றார்கள்
அவனை நான் கொலை செய்யவில்லையெனவும் அப்படியே
நம்ப வையுங்களேன் என்றேன்
அந்த ஊருக்கு இந்தப் பாதை போகாது ஆனால் ஒரு வழியுள்ளது
செத்தவன் சாக வேண்டியவன்தானென நினைத்துக்கொள்
ஒரு பிரச்சினையும் இருக்காது
என்னைச் சமாதானப்படுத்தச் சொன்னார் ஒரு அதிகாரி
அப்படி நினைத்தவுடன் குற்றுயிராய்க் கிடந்த அவன்
உண்மையிலேயே செத்துவிட்டான்
அவனை நான் கொலைசெய்யவில்லை
இந்த போலீஸ்காரர்தான் இவர்தான் அவனைக் கொலை
செய்தார்
இவர் இல்லையென்றால் அவன் செத்திருக்கவே மாட்டான்
துடிதுடித்துக்கொண்டிருந்தவனைக் கொன்று போட்டார்
அவரைக் கைது செய்யுங்கள்
அவரைக் கைது செய்யுங்கள்
சுற்றியிருந்த எல்லாரிடமும் நான் கத்த
புடதியிலேயே ஒன்றுபோட்டுப் படுக்கப்போட்டனர்
இதுவரை வாழவே வாழாத ஒரு வாழ்வு
அங்கேயும் கூட மகத்தான சல்லிப் பயல்தான்போல

9.30 மணி தோசைகள்

நிலவைப் பார்க்க வேண்டுகிற இந்நேரத்திற்கு
அநேகபேர்கள் அதைப் பார்த்துக்கொண்டிருப்பார்கள்
கொஞ்ச நேரம் கழித்தென்றாலும் கொஞ்ச நேரம் கழித்திருக்கும்
அநேகம் பேர்கள் இந்நேரத்திற்குத் தயாராகிக்கொண்டிருப்பார்கள்
தோசை மாவு வாங்கச் செல்வார்கள் ரோஜா முடியட்டுமென
                                                காத்திருப்பார்கள்
இரண்டு தடவை மலம்கழித்தே ஆகவேண்டுமென உட்கார்ந்து
முக்குவார்கள்
எல்லாரையும் முந்திக்கொண்ட ஒருநாளிலும் எல்லாருமே
முந்திக்கொண்டிருப்பார்களென்ற உண்மை சலிப்பு தட்டுகிறது
உப்பரிகையில் நின்றுகொண்டு தன்னந்தனியாக நிலவுச் சுகத்தில்
என்றைக்குத்தான் கரைய
9.30 மணி தோசைகள் மனது வைத்தால் அது முடியும்
ஒன்றுபோல 9.30க்கு ஒன்றுபோல கருகிப்போகிற முடிவை
ஒன்று போல அவை எடுத்தால் கரையலாம்
முதல்மூன்று தோசைகள் இந்தச் சத்தியங்களைச்
                                           செய்துகொண்டால் போதும்
9.45 பால் நிலா தன்னந்தனியாக உங்கள்மீது சொரிந்துசொரிந்து
                                           வழிந்துகொண்டிருக்கும்
கருகல் தோசை தின்ற அன்றைக்கு நிலவைக் கிறுக்கன்தான்
                                           பார்ப்பான்

❖

தன்னு மொட்டை

சொகுசு வேனிலிருந்த ஒன்றரை வயதுக் குழந்தை தன்யாவை எல்லாரும் கொஞ்சினர்
வண்டி போகையில் ஓட்டுநர் எழுந்து வந்து குழந்தையைத் தூக்கி மடியில் வைத்துக்கொண்டார்
இன்னொருவர் ஓட்டுநர் அருகே வந்து ஸ்டீரிங் இடிக்காதவாறு ஓட்டுநரைத் தூக்கி மடியில் வைத்தார்
இன்னொருவர் அவர்களைத் தூக்கி மடியில் வைக்க
இப்படித் தூக்கிவைத்துக்கொண்டே அடுக்கியவாறு சென்றனர்
வண்டி எப்போதும் வென்றானைக் கடந்ததும்
ஓட்டுநர் சும்மா இராமல் குழந்தையின் கன்னத்தைக் கிள்ளி
தன்னு;மா
என்று தனது வாயில் ஒன்றுவைக்க அவ்வளவுதான்
ஓட்டுநரை மடியில் வைத்திருந்தவர் ஓட்டுநர் வாயிலிருந்து எடுத்து ஒன்று இட்டுக்கொண்டார்
மாற்றி மாற்றி வாயில் இட்டுக்கொண்டே போயினர்
ஒரே நேரத்தில் அந்தக் குழந்தை
இருபத்துமூன்றுபேர்கள் மடியில் இருந்தது
அவர்கள் கிடக்கிறார்கள் நான் கிச்சுகிச்சு மூட்டுகிறேனென
தூத்துக்குடி சாலையில்
தன்னைத் தானே ஓட்டிச் சாகசம் காட்டியது அந்த வண்டி
தனக்காக எல்லாரும் இவ்வளவு மெனக்கெடுகிறார்களென்று மயிர்கள் குத்திட்டு நின்ற தன்னு
சுனைக்கோயில் வந்ததும் இறங்கி முதல்வேலையாகச் சவரக்காரரிடமிருந்த கத்தியைத் தானே வாங்கி
அதன் பளபளப்பின் முன்னால் தன் மண்டையைக் காட்டி
உடலையே நன்றாக நாலாப் பக்கமும் சுழற்றிவர
மொட்டை நிகழ்வு அன்றைக்குச் சிறப்பாக நடந்தேறியது
மொட்டையின்போது உங்கள் எல்லாருக்குமாகத்தான்
ஒரு சொட்டு கூட கண்ணீர் சிந்தவில்லையென்று தன்னு சொல்ல
அத்தனைபேரும் ஆனந்தக் கண்ணீர் சொரிந்தனர்

❖

தெய்வத்தின் தெய்வம்

அவள் குரலைத்தான் முதன்முதலில் போட்டேன்
ஒரு குரலைப் போட எனக்குப் பல ஆண்டுகள் பிடித்தன
குரலைச் செய்ய வேண்டும்
முதலிலெல்லாம் எனக்குத் தெரியாது
காதுகளைப் பிடித்து நன்றாக அகற்றிக்கொண்டு
என்னைத் தூக்கிக் குரலில் வைப்பேன்
அது உள்ளே சுழற்றியடிக்கும்
அப்பொழுதும் செய்துகொண்டுதான் இருந்திருக்கிறேன்
பின்னால் தெரிந்துகொண்டேன்
செய்ய வேண்டுமென நினைத்தபோது அது பிடிபடவில்லை
அவள் இவளென கும்முகளையெல்லாம் போட்டிருக்கிறேன்
இல்லையென்று சொல்லவில்லை
கண்களுக்கெட்டாத மாய லோகம் அது
இது மாய லோகத்தின் மாய லோகம்
தெரிந்துவிடக்கூடாதென்ற பதற்றம் ஒரு பக்கம்
அவளுக்கு எதுவும் ஆகிவிடக் கூடாதென்பது ஒரு புறம்
ஆண்டுகள் ஓடிவிட்டன
காதுகளில் விழுந்தால் போதும்
இப்பொழுதெல்லாம் கசக்கிப்பிழிந்துவிடுகிறேன்
வெவ்வேறு பெண்கள் வெவ்வேறு குரல்கள் வெவ்வேறு
கிறக்கங்கள்
சந்தோசமாகக் கழிகிறது வாழ்வு
ஒருத்தியின் குரலை மட்டும் போட்டதுதான்
நான் செய்த மிகப் பெரிய சாகசம்

❖

கடைசி வாழ்வு

அவர் இறந்துவிட்டாரென்ற செய்தியை அந்தக் குழந்தைதான்
முதலில் சொன்னது
அவரது இறப்பை யாரிடமும் சொல்லாவிட்டால்
அவர் இறக்கவில்லையென்றுதானே அர்த்தம்
என இரண்டு நாட்களாக எல்லாரும் அவரவர் வேலையில்
மும்மரம் காட்டியவாறிருந்தனர்
அவர் இறந்துகிடக்கிறார் பாருங்கள் என்று எல்லாரையும்
அழைத்துக் காட்டியது குழந்தை
ச்சூ சும்மாயிரு பாப்பா என அவளை அதட்டிச் சத்தம்
                                                           போட்டனர்
நான் சொல்வது உங்களுக்குப் புரியவில்லை
நீங்கள் கவனிக்கவில்லையென நினைக்கிறேன்
அவர் இறந்துவிட்டார் வந்து பாருங்கள்
அதில் ஒருவரது சட்டையைப் பிடித்து இழுத்துவந்து காட்டியது
அவர் இறக்கவில்லையென நினைத்து
மிகவும் கஷ்டமான ஒரு வாழ்வை
மிகவும் கஷ்டப்பட்டு ஒன்றுபோல எல்லோரும் வாழ்ந்து
                                                           வந்தனர்
குழந்தை விடவில்லை
இது சாதாரண ஒரு வாழ்வுதான் எனப் புரியவைத்து
விளையாடச் சென்றுவிட்டது
இறந்தவருக்கு எல்லாரும் அழுதுகொண்டே காரியம் செய்தனர்
எல்லாருக்கும் இறந்தவர் அளித்த கடைசி மகிழ்ச்சி போலவும்
கடைசித் துயரம் போலவும் இருந்தது அது

❖

மீன் என்கிற சொல்

வானத்தில் நீந்திப் பழக்கமில்லாத மீன்கள் அவை
மீன்பிடிக்கிற அவசரத்தில் நீரின் மேலேயே நடந்துபோய்க்
கீழே தரையிலிருந்து ஒன்றை எடுக்கின்றதைப் போல
வானிலிருந்து எடுக்க ஆரம்பித்தேன்
பரந்து விரிந்த நீர் வானத்தைக் காட்டுவதால்
நீரில் இருந்த மீன்கள்தான் வானிலும் இருந்தன
எப்பொழுதும் பிடிக்கின்ற வேலை இருக்கும்
வானம் என்பதால் நீரில் வசமாக நின்றுகொண்டு
கைகளை நீட்டி எடுக்கின்ற வேலை மட்டுமே
எடுத்து எடுத்துக் கைகளும் வலித்துவிட்டன
அதனால் மீன்கள் என்று மட்டும் சொன்னேன்
கச்சிதமாகக் கூடைக்குள் அதுவாக வந்து விழுந்துகொண்டிருந்தன
நல்ல பாடு என்று சொல்லிக்கொண்டு
அப்படியே தண்ணீர் மேலேயே நடந்து வீடு வந்தடைந்தேன்
அவ்வளவு சிரமம் எதற்கு
இனி வீட்டுப் பக்கத்திலேயே வளர்த்துக்கொள்ளலாம்
                        என்று முடிவுசெய்து
வீட்டுக்கு வெளியே வந்து மீன் என்ற சொல்லை அந்தரத்தில்
                        விட்டேன்
குளம் எனும்போது வந்த அந்தரத்தில் குதித்து அது நீந்தி மறைந்தது

❖

இருபத்தைந்து ஆண்டுக் காலத் தூர வாழ்வு

பால்ய நண்பனைப் பார்த்து இருபத்தைந்து ஆண்டுகள்
ஆகிவிட்டன
இருபத்தைந்து ஆண்டுகள் கழித்து ஒருநாள் வாட்ஸப் செய்தான்
பால்யங்களில் ஆடிய குண்டு விளையாட்டு
காசு சேர்த்து வைத்துச் சாப்பிட்ட புரோட்டா சால்னா
ரிலீஸ் அன்றைக்குப் பார்த்த முத்து திரைப்படம்
அப்போஸ்தல கிறிஸ்துவ சபையின்
ஞானஸ்நானத் தொட்டியில் குதித்துக் குளித்த அற்புதக் குளியல்
எல்லாவற்றையும் அந்த வாட்ஸப் திரும்ப மலர்த்தியது
அவன் மறந்தவற்றை டைப்செய்து அவனுக்கு அனுப்பிவைத்தேன்
ஒரே கடந்த காலம் ஒரே தடவை நிகழ்ந்த நிகழ்வு
இரண்டுபேர் அதைத் திரும்பக்கொண்டுவந்தார்கள்
இரண்டுபேரும் அதைத் திரும்ப எடுத்துவைத்தார்கள்
ஒரே விசயம் அதற்கே தெரியாமல் அது இரண்டாயிருந்தது
இரண்டும் எதிரெதிரே சந்தித்தபோது
தம்மைத் தாமே தொட்டுத் தடவிக்கொண்டன
எதிரே இருந்ததைப் பார்த்து இதுவும் நானென இரண்டுமே
ஒன்றுபோல சொல்லின
ஏன் இவ்வாறு இருக்கிறோமென அதுகளுக்குள் ஒரே குழப்பம்
ஒன்றாக மாறிவிடுவோமென இரண்டுமே முடிவுசெய்து
ஒரு படத்தின் மீது இன்னொரு படத்தை ஒட்டுவதுபோல

ஒரு நல்ல நாளில் குளியல் காட்சி குளியல் காட்சியோடு
இணைந்தது
முத்து படக் காட்சி கோன் ஐஸ் சாப்பிடுகிற இடத்தில் ஒட்டியது
இரண்டாகயிருந்த ஒரு நிகழ்வு கனக் கச்சிதமாக ஒன்றாக மாறியது
பழைய மாதிரி ஆகிவிட்டதால்
பழைய இடத்திலேயே தங்கிக்கொள்ளலாமென
அதற்கான முடிவை அதுவே எடுக்க
இருபத்தைந்து ஆண்டுகளுக்கு முன்னால் போய்
அதததற்கான இடங்களைத் தேடி அதது இருந்துகொண்டன
அந்த நண்பர்கள் ஒருவருக்கொருவர் யாரென்றே தெரியாத
வாழ்க்கையை
இன்னுமொரு இருபத்தைந்து ஆண்டுகளை நோக்கி
வாழத் தொடங்கினார்கள்

❖

எழில் பல் மருத்துவமனை

ரூட் கேனல் செய்ய வந்திருந்தவர்
சாய்வு நாற்காலியில் படுக்கச் சொன்னதும் படுத்துக்
கொண்டார்
மருத்துவர் சாய்வு நாற்காலியைத் தொடைக்கு இழுத்துவிட
மருத்துவர் தொடையில் தலைவைத்துப் படுத்தது
போலத் தெரிந்தது
அடுத்த நோயாளியிடமாவது வந்து தொடையில் படுங்கள்
என்று தொடையைக் காட்ட வேண்டும்
மருத்துவரின் மைண்ட் வாய்ஸ் இது வெளியில் கேட்காது
ஒரு கையில் காற்று பீய்ச்சி
இன்னொரு கையில் தண்ணீர் அடிச்சி
இரண்டாலும் மாற்றி மாற்றி ரொம்ப நேரமாக நோண்டிக்
கொண்டிருக்க
இது எப்பொழுது நடந்தது தெரியவில்லை
மருத்துவர் வந்திருந்தவரின் வாய்க்குள்ளிருந்தார்
வந்திருந்தவர் சிறிது அசைந்தால் கூட
பற்களுக்குள் சிக்கிப் பெரிய ஆபத்து நேரலாம்
தப்பித் தவறி மருத்துவர் தொண்டைக்குள் விழுந்துவிட்டால்
ஆசனவாய் வழி வெளியேறி
நாளைக் காலை சரியாகப் பத்துமணிக்கு க்ளினிக் வந்து

குடைய ஆரம்பித்துவிடுவார்போல அப்படியொரு குடைச்சல்
வந்திருந்தவர் ஆடாமல் அசையாமல் வாயைத் திறந்த
மாதிரியே கிடந்தார்
அறை முழுவதும் ஒரு கருகிய வாசனை
சொத்தைப் பல்மீது செராமிக் பல் பொருத்தப்பட்டதும்
உங்கள் பல் சரியாகிவிட்டது நீங்கள் கிளம்பலாம்
என்றவர் திடீரென
நில்லுங்கள் ஒரேயொரு நிமிடம் என்று
தனது வலது காலை வாயிலிருந்து எடுத்து வெளியேவைக்க
அவரது ஷூ கழன்று விழுந்தது
அதற்குள் இரவு ஒன்பதுமணி ஆகிவிட்டதால்
எழில் பல் மருத்துவமனையின் இன்னொரு சின்சியர் சிகாமணி
அவர் நமது மருத்துவரின் உதவியாளர்
வந்து கதவைச் சாத்தத் தொடங்கினார்

◈

துயரங்களின் நாடகம்

வாழ்நாளில் உங்களுக்கு ஏற்பட்ட துயரச் சம்பவங்களை
மனத்தில் இருத்தி
ஒரு சொட்டு மாறாமல்
அப்படியே கண்களில் கொண்டுவந்து உட்கார வையுங்களென்றதும்
எல்லாருக்கும் கண்கள் சிவீரென்று ஆனது
என் சிவப்பினை அந்தச் சிவப்புகளோடு ஒப்புசெய்து பார்த்தேன்
சரி சரி எங்கு பதுக்கியிருந்தீர்களோ திரும்பவும்
அங்கேயே கொண்டுபோய் வைத்துக்கொள்ளுங்கள்
என்று சொல்ல
துயரங்களைப் பழைய இருப்பறைக்குக் கொண்டு சென்றார்கள்
எல்லாரது கண்களும் பழைய மாதிரி ஆனது
இந்த ஆசுவாச நிலைக்கு எல்லாரும் எனக்கு நன்றி கூற
என்னோடு எல்லாரையும் மகிழ்ச்சிக் கடலில் ஆழ்த்திய
சிறிய திருப்தி
ஒருவரால் மட்டும் தன் துயரங்களைப் பழைய இடத்திற்கு
எடுத்துப் போக இயலவில்லை
வழியில் ஏதோ பிரச்சினைபோல என்ற என் பேச்சு அவருக்கு
உவப்பளிக்கவில்லை
என் சட்டையைப் பிடித்தவாறு துயரங்களில்லாத என்னுடைய
பழைய வாழ்வைக் கொடுக்கப் போகிறாயா இல்லையா என்று
கோபமாக முகத்தை வைத்துக்கொண்டு சொன்னார்

அவரது சிவீரென்ற கண்களைப் பார்க்க இன்னும் பயமாயிருந்தது
என் சிவப்புகளையும் அவருக்குக் காட்டினேன் அவருக்குத்
திருப்தியில்லை
நன்றி சொல்லிக் கிளம்ப இருந்தவர்களிடம் திரும்பவும்
எனக்காக
ஒரேயொருமுறை உங்களது துயர நினைவுகளைக்
கொண்டு வர முடியுமா என்றேன்
எப்படியும் இங்கிருந்து கிளம்பிப் போனால் ஒரு துயரம் உண்டு
அதற்கு இந்தத் துயர நினைவுகளே எவ்வளவோ மேல் என்று
சம்மதம் சொன்னார்கள்
அங்கிருந்த எல்லாரும் துயர திசையை நோக்கிக் கைதொழுதோம்
எல்லாருடைய கண்களும் சிவீரென்றாயின
அந்த ஒருவர் என்னைப் பார்த்துச் சிரித்துக்கொண்டார்
எல்லாரும் எல்லாரையும் பார்த்துச் சிரித்தோம்
என்னுடைய சிவப்பைச் சிவப்புகளோடு ஒப்புசெய்து
பார்க்கையில்
அப்பொழுது வந்ததே ஒரு சிரிப்பு அந்தச் சிரிப்பைத்தான்
வெவ்வேறு வாய்களில் வைத்து வெவ்வேறு மாதிரி சிரிக்க
பழகிக் கொண்டிருக்கிறேன் இவ்வளவு நேரமாக
அவர்கள் என்னிடம் வந்து நாங்கள் கிளம்பலாமா என்றார்கள்

❖

பழைய உலகம்

எல்லாம் பழையதாகிவிட்டது
என்னுடைய புளித்த ஏப்பம் என் கவர் ட்ரைவ் ஷாட்
காலருக்கும் கழுத்துக்கும் இடையில் மினுங்கின செயின்
செஸ் விளையாட்டில் ஜெயித்த மண்டக்கனம்
தலையைத் தூக்கத் தெரிகிற வானம்
சிம்ரன் மச்சம் ஞாயிற்றுக்கிழமைகள் பிறந்தநாள் வாழ்த்துகள்
அதிகாலை உறுதி கருவேல முள் ஓணான் தோழமைகள் வீடு
கவிதைகள் சிரிப்புகள் பால்ய ஞாபகங்கள்
எல்லாம் படு பழையதாகிவிட்டன
ஏற்கெனவே இந்த உலகம் பழையது
அது இன்னும் பழையதாகிக் கொண்டு வருவது என்னவோ
                                        போலிருந்தது
பழைய சட்டை பழைய பேண்ட் பழைய ஹேர்ஸ்டைல்
அதே பழைய வீட்டின் அதே பழைய படிவளைவுகளில்
அதே மாதிரி இறங்கிவர
எதுவோவொன்று இன்றைக்குப் புதிதாகத் தெரிகிறது
என போகிற போக்கில் சொன்னார் அம்மா
இதுவுமே பழையதாகிவிட்டது
பழையதாகிவிட்டதென இப்படி நினைத்துக்
கொள்கின்றவொன்றுமே பழையதானதுதான்
ஒரு பழைய நாளில் இன்னும் பழையதுபோலக் கிளம்பி
                                        வெளியேறினேன்

❖

சாலை சில குறிப்புகள்

சோம்பேறிகள் சாலையில் வண்டி ஓட்டுகிறார்கள்
கடின உழைப்பாளிகள் அந்தரத்தில் சாலை அமைத்து
அந்தப் பாதையைத் தேர்ந்தெடுத்துக்கொள்கிறார்கள்

❍

கடத்தல்காரன் ஒரு குழந்தையைச்
சாலையில் கடத்திக்கொண்டு போகிறான்
சாலை உடனே
ஒரு பாயைச் சுருட்டுவதுபோல தன்னைச் சுருட்டிக் கொண்டது
கடத்தல்காரன் வண்டியிலிருந்து இறங்கி ஹா ஹா எனச்
                                சிரித்தவாறு
உனக்கு வராததையெல்லாம் ஏன் செய்கிறாயென சிகரெட்
                                நெருப்பால்
அதன் குண்டியில் சூடு வைக்க
குண்டியைத் தடவிக்கொண்டே சாலை அவனுக்கு
                                வழியைவிட்டது

❍

சாலைக்கு வேலையே கிடையாது
வாகனங்களில் உட்கார்ந்திருப்பவர்கள்தான்
சதா ஓடிக்கொண்டேயிருக்கிற வேலையிருப்பதாகச் சொல்லி
அதற்கு மண்டைக் கனத்தை ஏற்றிவிட்டார்கள்
நாம் இவ்வாறு சொன்னதும்
அந்த மண்டைக் கனத்தில் கூடச் சாலை இப்படி
                                ஓடலாமல்லவா என
இப்பொழுது கூறுகிறார்கள்

❍

ஒரு காரிகை சாலையில் நடந்துபோய்த் தொலைகிறாள்
ஒரு அநாமதேயக் காரிகை இந்தச் சாலையில் நடந்து
                                போனாளா என
வேறு சாட்சியில்லாததால் காவல்துறையினர் சாலையையும்
ஒரு சாட்சியாக்கிச் சாலையிடம் கேட்டனர்
அவள் காரிகை என நான் தெரிந்துகொண்டால்
அவள் நாமம் எப்படி எனக்குத் தெரியாமல் போகும்
முட்டாள்களே என்றது சாலை

○

சாலையின் வளைவுகள் ஒரு பெண்ணை ஞாபகப்படுத்திய
அடுத்த வினாடி வண்டியை நிறுத்தி ஒன்றுக்கடிக்கிற மாதிரி
சாலைக்குத் தன்னுடைய குறியைக் காட்டினான்
இப்படியா செய்கிறாயென
சாலை காற்றிடம் சொல்லி அவன் ஒன்றுக்கை
அவனுக்கே திருப்பிவிட்டது

○

எல்லாரையும் கூட்டிப் போகிறேன் என்னை யாருமே
கூட்டிப் போக மாட்டேனென்கிறார்கள் என்றது சாலை
எல்லாரும் தங்களது இயலாமைக்குப் பிராயச்சித்தமாக
தாங்கள் கடந்த சாலைகளிலிருந்தெல்லாம் கிளம்பிய
                                இடம் நோக்கித்
திரும்பிக்கொண்டிருக்கிறார்கள்

○

அதோ தெரிகிற வானத்தில் இறக்கிவிடுமாறு சொல்லி ஒருவர்
சாலையில் ஏறினார்
அதோ தெரிகிற சாலையில் இறக்கிவிடச்சொல்லி
வானத்தில் ஒருவர் ஏறிக்கொண்டிருக்கிறார்

○

சாலை மிகச் சாதுவானது
சாலையில் போட்ட கோதுமை ரொட்டிகளைக் கூட எடுத்து
அதற்குத் திங்கத் தெரியாது
அந்த ஒரு பெயர் வேறு இருப்பதால்
நாளை முடிக்க வேண்டிய கொலை விபரங்களைச்
சாதுவான முறையில் சரிபார்த்துக்கொண்டன இரண்டு
சாலைகள்

❍

நடந்துபோனால் வீடு போய்விடலாம்
ஒருவேளை சாலையும் தன்னைப் பார்த்து நடந்து
வீடுபோய்விட்டால்
தன் ஒட்டுமொத்தச் சந்ததியினருக்கே சாலையில்லாமல்
போகுமென்று
சாலையிலேயே ஒருவன் இருந்தான்

❍

எதிர்காலம்மீது நம்பிக்கையற்றவர்களை நினைத்து
வருத்தம் கொண்டிருக்கின்ற சமயத்தில்தான் கடவுள்
மலைப்பாதைகளை உருவாக்கினார்

✦

மித்

திறந்துவிட்டால் தட்டுவது எளிது என்பதால்
எவ்வளவு முடியுமோ அவ்வளவு தட்டுகிறான்
ஒருவர் வந்து கதவைத் திறக்கிறார்
கதவு இருந்த இடத்தில் அவர் முகம் இருந்ததால்
முகத்தில் இப்பொழுது தட்டுகிறான்
முகத்தை எடுங்கள் நான் தட்ட வேண்டும் என்றதும்
அவர் முகத்தை எடுத்துக்கொண்டார்
கதவையே அங்கிருந்து எடுத்துவிடுங்கள்
கதவு இருந்த இடத்தில்தான்
நாம் முதலில் தட்டப் பழகியிருக்கிறோம்
அப்படியே தட்டிக்கொண்டிருக்கும்போதே வந்து
யாரோ கதவைப் பொருத்திவிட்டார்கள்
தட்டுவது என்று கூடச் சொல்லமுடியாது
கைகளை ஆட்டப் பழகிக்கொண்டிருந்தோம்
வாள்வீச்சுமுறையில் அது ஒரு பயிற்சி நுணுக்கம்
இப்பொழுது பயிற்சியை மேற்கொள்ள வேண்டும்
கதவு தொந்தரவு செய்கிறது
தயவுசெய்து பயிற்சிசெய்யவிடுங்களேன்
கோபமாகக் கதவைச் சாத்திவிட்டு அவர் உள்ளே சென்றார்
இனி யாரும் கதவை இங்கிருந்து நகர்த்த மாட்டார்களென
புரிந்துகொண்டு பரவாயில்லையென
கதவிலேயே தன்னுடைய பயிற்சியைத் தொடக்கினான்
வீட்டிற்குள்ளிருந்து ஆவேசமாகக் கிளம்பி
வந்து அவர் கதவைத் திறந்தால்
போர்க்களத்தில் எதிரெதிரே முகத்தோடு முகம் உரசுகிற
அளவிற்கு
இரண்டு நாட்டு அரசர்கள்
அவர்கள் எப்படி இப்பொழுது இங்கு வந்தனர்

❖

எதிர்காலத்தைத் தூக்கிப் பறத்தல்

இன்றைக்கு இனி சாக்லேட் கேட்கக் கூடாது
ஒரு நாளைக்கு ஒரு சாக்லேட்தான்
சாப்பிட்ட பின் வாயைக் கொப்புளிக்க வேண்டும்
சாக்லேட்டை வாயிலிருந்து கையிலெடுக்கக் கூடாது
எச்சில் வடியாமல் சாப்பிட வேண்டும்
அவனுக்கு சாக்லேட்டின் சுவை இவ்வளவு தூரத்திலிருந்தது
சரி என்று கத்தினான் அந்தச் சிறுவன்
இன்னும் நீங்கள் சொல்லப் போகும் எல்லாவற்றுக்குமே
இந்த ஒரு சரிதான்
தூர தேசம் போய்க்கொண்டிருந்த சாக்லேட்டின் சுவையை
சரி ஒன்றால் சடக்கென இழுத்து வாயில் போட்டான்
சாக்லேட்டின் சுவை ஒரு சிறிய காலத்தில் கரைய
இந்நேரத்திற்குக் காலத்திற்கும் கடக்க முடியாத காலத்தின் முன்னால்
பறந்துகொண்டிருக்கும் சரி

❖

சின்னஞ் சிறிய கைகள்

அரை போதையில் சலம்பிக்கொண்டிருந்தவனை
உள்ளேயே கிடக்கட்டுமென வெளியேகூடி பூட்டிப்
பிள்ளையைத் தூக்கிப் பின்னால் உட்காரவைத்துக்கொண்டு
பிறந்த வீட்டை நோக்கி சைக்கிளை விட்டவளை
அவளது குடிகாரப் புருஷன் வீட்டில் அடித்த மாதிரியே
ரோட்டிலும் அடித்துத் துவைக்கிறான்
அப்பொழுது கல்நெஞ்சக்காரியாய் இருந்துவிட்டாள்
இப்பொழுது அவளால் முடியவில்லை அழுகை பொங்கி
வழிந்தது
பின்னால் தன்னந்தனியாக உட்கார்ந்துகொண்டு
அம்மாவைக் கட்டியிருந்த அந்தச் சின்னஞ்சிறு கைகளில்
விழுந்த கண்ணீர்
காற்றின் தயவிற்கு நாலாப்புறமும் சென்று கழுவிவிட்டது
ஒவ்வொரு சொட்டுக்கும் திடுக்கிட்ட குழந்தை
கண்களை மலர்த்துவதும் சொருகுவதுமாக
ஆச்சி வீட்டிற்குப் போகிற வழியில் போக்கு காட்டி வந்தது
ஒவ்வொரு சொட்டுக்கும் அம்மா பிடியையும் நன்றாக
இறுக்கிக்கொண்டது
சைக்கிள் தந்தி மரத்துத் தெருவை தாண்டிப்
போய்க்கொண்டிருக்க
அவள் வீட்டுப் புருஷன் வீட்டிலேயே அடித்து ஓய்ந்து விட்டான்
இந்த ரோட்டுப் புருஷனும்
கொஞ்சம் கொஞ்சமாக ஓய்ந்து கொண்டு வருவதுபோல
தெரிகிறது
கடவுளே... ஒன்று அவனை அங்கேயே வைத்துக் கொன்று
விடுங்கள்
அல்லது அவனுக்கு ஊத்திக் கொடுத்துக்கொண்டே இருங்கள்
ஏதாவது ஒன்றைச் சீக்கிரம் செய்யுங்கள்
சின்னஞ் சிறிய கைகள் நெகிழ்ந்துகொண்டே வருகின்றன

❖

க்ளிஷேக்கள்

புதுமணத் தம்பதியர் இருவர் பால்கனி சீட்டை
ஆக்கிரமித்திருந்தார்கள்
திரைப்படம் ஆரம்பிக்கவில்லை
அவள் காதில் அவன் ஏதோ கிசுகிசுத்தான்
அவன் காதில் அவள் ஏதோ கிசுகிசுத்தாள்
ஒருவரையொருவர் பார்த்துச்சிரித்துக்கொண்டார்கள்
சிரிப்பு நிற்பதற்குள்ளாகத் திரும்பவும் அவன் கிசுகிசுக்க
திரும்பவுமே ஒரே சிரிப்பு
ஒரு கணம் தன்னுடைய சிரிப்பையே நின்று நிதானமாகப்
பார்த்தான்
பொதுவாக இந்த விசயத்தையெல்லாம் அவன் பேசிச்
சிரிக்கிறவனில்லை
இதற்கு முன்னர் திரையரங்கில் சிரித்துக்கொண்ட
புதிய தம்பதியர்களின் க்ளிஷே காட்சி அவனுக்கு வந்து போனது
மிதிக்கக்கூடாத ஒன்றை மிதித்துவிட்டதாக அருவருப்பாக
உணர்ந்தான்
நெற்றியிலிருந்து வியர்வையை வழித்தெறிவதுபோல அவனால்
அந்தச் சிரிப்பைத் தூக்கி எறிய முடியவில்லை
வருத்தம் உள்ளேயே கிடக்கட்டும் வெளியே தெரியவேண்டாமென
அமைதி சொரூபம் காட்டினான்
அமைதி வேறுபொருள் கொள்ளப்படலாம் என எண்ணி
உடனடியாக சகஜ நிலைக்கு வர
தன்னுடைய சகஜ நிலை மீது அவனுக்குக் கோபம் பொங்கியது
எல்லாம் பொய் எல்லாம் வேஷம் அந்த முகமூடியைக் கழற்றி வீசி
எழுந்து வீட்டிற்குப் போய்விடலாம் என்றிருந்த
உணர்வெழுச்சியை

அவனால் என்ன செய்யவென்றே தெரியவில்லை
அவன் மனநிலையை யாரோ குழப்பிவிட்டிருக்கிறார்கள்
அண்ணன்காரன்களை மாமன்காரன்களை
உறவுப் பாலம் போட ஒத்தாசைசெய்த அத்தனைப்
பயல்களையுமே
முள்ளுக் கம்பையெடுத்துத் துரத்திக் கொண்டு ஓடினான்
சாலையில் அவனையே அவன் துரத்திக்கொண்டு
ஓடியதாகத்தான்
பார்த்தவர்கள் அதிசயம் தோன்றச் சொன்னார்கள்
அதெல்லாம் சரி
ஆனால் சகித்துக் கொள்ளவே முடியாத ஒன்று என்னவென்றால்
எல்லாரையும் ஆத்திரத்தில் துரத்திக்கொண்டிருக்கையில்
வழியை மறித்துநின்ற புதுப் பொண்டாட்டியிடம்
இங்கேயே இரு இதோ வந்துவிடுகிறேனெனச் சொன்ன
அவனுடைய நாற்றம் பிடித்த அந்த வாய் அதென்ன வாயா
திரைப்படம் முடிந்து வெளியேறக் கூட்டம் முண்டியடித்துக்
கொண்டிருந்தது
எல்லாரிடமிருந்தும் அவளை விலக்குகிற தொனியில்
அவளது தோள்களை அரவணைத்தவாறு அரை
வெளிச்சத்திலிருந்து
பத்திரமாக வெளியேறி
உணவகத்தில் இரண்டு காஃபிக்காகக் காத்திருந்தார்கள்
புதுமணத் தம்பதியர்கள் திரையரங்கிலிருந்து வெளியேறுகிற
மாதிரி
அப்பொழுது வந்த அந்த க்ளிஷே காட்சியை
அவனால் என்ன செய்ய முடிந்தது

❖

சாக மனதில்லாதவர்

விளையாட்டுத் துப்பாக்கி எடுத்து
எல்லாரையும் சகட்டுமேனிக்குச் சுட்டான் பொடிப்பயல்
சாக உடன்பட்டவர்கள் நெஞ்சைப்பிடித்துக்கொண்டு
கீழே சாய்ந்தனர்
சாக மனதில்லாதவர்கள் நெஞ்சைக் கல்லாக்கிக் கொண்டு
போங்கடா நீங்களும் உங்க சின்னப்புள்ளத்தனமும் எனப்
போர்க்களத்திலிருந்து ஆயுதங்களைத் தூக்கியெறிந்துவிட்டு
வெளியேறுவதுபோல வெளியேறினர்
செத்துவிழுந்த ஒருவர் எழுந்து வேகவேகமாக ஓடிவந்து
நிராயுதபாணியாகச் சென்ற சாக மனதில்லாத ஒருவரை
இடைமறித்து
எங்கே போகப் பார்க்கின்றீர்
இந்தாருங்கள் உங்கள் ஆயுதங்கள் என்றிருக்கிறார்
ஏற்கெனவே வீசியெறிந்துவிட்டேனே இல்லாத ஆயுதத்தை
எத்தனைமுறைதான் வீசுவது என்று சலித்துக்கொண்ட அவரை
போர்க்களத்தில் இந்தத் தடவை நெற்றிப்பொட்டில் சுட்டான்
பொடிப்பயல்
அவர்தான் சாகவில்லை

❖

சாபக்கேடு

சாலையோரத்தில் வெளிச்சத்தை ஒரே இடத்தில்
அலுக்காமல் உமிழ்ந்துகொண்டிருந்த போஸ்ட் நடக்க
ஆரம்பித்தது
கொஞ்சம் தள்ளித் தெரிகிற அந்த இருட்டை அதற்குப்
பார்க்க வேண்டும்
நடந்துபோனால் போகப்போக இருட்டே இல்லை
இருட்டுகளே எங்கு இருக்கிறீர்கள்
சிறிய சத்தம் கொடுங்கள் நான் புரிந்துகொள்கிறேனென்று கத்தி
நகர்ந்துகொண்டே போனது
உடனே இருட்டுகளெல்லாம் இங்கு இங்குயென
ஒரே கூப்பாடு போட்டன
சத்தம் வந்த திசையில் வெளிச்சம் தனது மண்டையைத் திருப்ப
அங்கு இருட்டு இல்லை
நிறைய இருட்டுகள் தொடர்ந்து சத்தம் கொடுக்க
போஸ்ட் திரும்பியவுடன் வழக்கம்போல அங்கு இருட்டு
இல்லாமல் போனது
இருட்டுகள் விளையாட்டு காட்டுவதாக போஸ்டிற்கு ஒரு
சந்தேகம் வந்தது
நடந்துவந்த முட்டாள்தனத்தை எண்ணியும் அது நொந்து
கொண்டது
ஆனாலும் இருட்டைப் பார்க்காமல் போகமாட்டேனென்று
சபதம் பூண்டு
இனி இருட்டுகளிடம் எதுவும் கேட்கக் கூடாது

நாமாகவே கண்டுபிடித்துக்கொள்ளவேண்டுமென எண்ணிச்
சடக் சடக்கெனத் தலையைத் திருப்பிக்கொண்டிருந்தது
இது கூட நன்றாகத்தானிருக்கிறதென இருட்டுகளும்
மறைந்து மறைந்து விளையாட்டு காட்டின
ஒரு கட்டத்தில் எல்லா இருட்டுகளுக்குமே பாவமென்று
ஆகிவிட்டது
விளையாட்டை முடித்துக்கொள்வோம்
வாருங்கள் எல்லாரும் போஸ்டின் முன்னால் நின்று
ஆச்சர்யம் கொடுப்போமென ஒரு பெரிய இருட்டு சொன்னது
எவ்வளவு முயன்றும் இருட்டுகளால் அது முடியவேயில்லை
வெளிச்சம்தான் நம் எல்லாரையும் வெளங்காமல்
போகட்டுமென
சாபமிட்டுவிட்டதாக
உயர்ந்த மலைமீது நின்று
பெரியவொரு மெய்ஞ்ஞானத்தைச் சொல்லுவது
போல அந்தப் பெரிய இருட்டு சொன்னது
சிறிய இருட்டுகள்
இரண்டு மூன்று கொலையை ஒப்புக்கொண்டவர்கள் போல
தலையைத் தொங்கவிட்டுக்கொண்டன

❖

தீபக் சங்கீதாவுக்குத் தெரியாதது ஒன்றுமில்லை

சிம்ரன் விஜய் கல்யாணம் செய்திருக்கலாம்
அவர்களுக்கு ஏன் இது தோன்றவில்லை
ஒருவேளை தோன்றியிருந்தால் அவர்கள் ஏன் கல்யாணம்
செய்துகொள்ளவில்லை
ஒரு நல்ல ஜோடியை நினைக்க எவ்வளவு மகிழ்ச்சியாய்
இருக்கிறது
ஒரு பாடலைப் போட்டு வீட்டிற்குள் எப்பொழுதும்
ஆடிக் கொண்டேயிருக்கலாம்
அப்படியே ஆடும்போது வாழ்வுதந்துகொண்டிருக்கும்
மகிழ்ச்சியை
நினைத்துச் சிரிக்கச் சிரிக்க அதைவிட வேறு என்ன வேண்டும்
யார் நன்றாக ஆடுகிறார்கள் என்ற பிரச்சினையெல்லாம்
வந்திருக்காது
சிம்ரன் முகத்தைப் பார்த்தாலே அது புரிகிறது
அது போதுமே ஒரு மகிழ்ச்சியான வாழ்விற்கு
அவர்களது முக அம்சங்களைப் பார்க்கப் பார்க்க
இப்படியொரு வாழ்வை

வீணடித்துக்கொண்டு வருகிறார்களேயென்ற மனக்
 குமுறலைத்தான் தாங்கமுடியவில்லை
சில நாயகிகள் நாயகர்களோடு சில நேரங்களில் நாம் ஆடிப் பாடி
அளவளாவிக்கொள்கிறோமே
அதுபோலத்தான் ரசிக கோடிகளாகிய நாம்தான்
அவர்களை ஒன்றுசேர்த்துவைக்க வேண்டும் வேறுவழியில்லை
நாம் எல்லாரும் கூடி ஒன்று சேர்த்து
அவர்களுக்கு ஒரு பிள்ளைப்பேற்றையும் நாம் ஏற்படுத்தித்
 தர வேண்டும்
அவர்களது முகச் சாயலிலிருக்கும்
அந்தப் பிள்ளையோடு இந்தப் பக்கம் நாம் ஒளிந்து கண்டுபிடித்து
விளையாண்டு கொண்டிருப்போம்
அவர்கள் அந்தப் பக்கம் நடனம் ஆடிக்கொண்டிருக்கட்டும்
கூடிக் குலாவக் கூடச் செய்யட்டும் என்ன வந்துவிடப்
 போகிறது

❖

சுவாரசியக் குறைவு

செங்கல்லை டிசைன் டிசைனாக அடுக்கி அதிலிருந்து
ஒன்றை உருவ
ஒவ்வொரு தடவையும் ஒவ்வொரு மாதிரி கலைந்தது
அதுவே கலைந்து விழுந்ததுபோல
அதுவே எடுத்து அடுக்கிக்கொண்டால் எனக்கு வேலை எளிது
ஒரு பார்வையாளனாகவும் மேலும் சௌந்தர்யம் கிட்டும்
என்னவொரு ஆச்சர்யம்
இந்தமுறை கீழே விழுந்துகிடந்ததை எடுத்து அதுவே அடுக்கியது
அடுக்கியதிலிருந்து ஒன்றை வழக்கம்போல நான் உருவ
விழுமென எதிர்பார்த்தால் விழவேயில்லை
ஆடாமல் அசையாமல் கடுசு காட்டியது
எவ்வளவு முயன்றும் கலையவில்லை
வேறுவழியில்லாததால் நானே கலைத்துவிட்டேன்
மனோகர மனநிலைக்காக ஒவ்வொரு மாதிரி கலைத்தேன்
நினைத்த அந்த ஒரு நினைப்பிற்காக வேண்டி வழமை
மாறிக்கொண்டதோ
அப்பொழுதுதான் கவனித்தேன்
நானுமே தலைகீழாக நின்றுகொண்டிருந்தேன்
தரையும் வானமுமே இடம்மாறியிருந்தன
எப்பொழுதும்போல தலைக்கு மேலே வானம் இருந்தது
காலுக்குக் கீழே தரை தெரிந்தது
ச்சை...சுவாரசியம் கெட்ட உலகம்

❖

திலோன் பென்ஹுரை கடித்த கழுதை கன்னத்தில் கடித்தது

பாதியில் கைவிடப்பட்ட கவிதை அதிகம் வருத்துகிறதா
அதற்குத் துரோகம் இழைத்துவிட்டதாகக் குமைகிறீர்களா
இயலாமை வந்து கழுத்தை நெரிக்கிறதா
தங்கமாரியப்பனைப் போய்ப் பார்க்கலாம்
மனைவி மக்களைக் கூட்டிவரவில்லையா என அவன்
கடுப்படிப்பான்
வைகுண்ட ஏதாதசியன்று விடியற்காலையில் நடந்தே வந்து
அவர்களா மலையேறினார்கள்
சொடக்குத் தக்காளி பறிக்க அவர்களா கூட்டிப் போனார்கள்
சிங்கார வேலன் படத்தைச் சிரிக்கச் சிரிக்க அவர்களா
சொன்னார்கள்
சிறிய வயதில் அவர்களா நம்மோடு சிறியவர்களாக
வாழ்ந்தார்கள்
பொய்க் கோபம் காட்டினால் சிரித்துக்கொள்வான்
பஸ் ஸ்டாப் அருகே சேகர் டீக் கடை இருக்கும்
அங்கு திலோன் பென்ஹுரை அப்பொழுது கடித்த கழுதையை
இப்பொழுது விரட்டிவிடலாம்

அசுரன் பட போஸ்டருக்குப் பின்னால் வானமே எல்லை
போஸ்டர்
நிச்சயம் இருக்காது
கிழித்துப் பார்க்கலாம் கொலைப் பாதகச் செயல் ஒன்றுமில்லை
5.30க்கு ஆர் எஸ் ஆர் வரும் அதில் ஏற வேண்டாம்
ஸ்ரீநிவாசா செந்தில் ஆண்டவர் எல்லாம் போகட்டும்
ரெண்டுபேர் பஸ் ஏறுவார்கள் புதிய ரெண்டுபேர் வந்து
காத்திருப்பார்கள்
பார்க்க அதுதானே மகிழ்ச்சி
செந்தில் ஆண்டவர் இன்னமும் அதே ஸ்டைலில்
ட்ரைவர்கூட அதே முகச் சாடையில்தான் இருக்கிறார்
சேகர் டீக் கடையிலிருந்து அவனோடு கிளம்பி
வேலாயுத ரஸ்தாவில் அப்படியே ஒன்பதுவரைக்கும் நடந்தால்
பாதியில் கைவிடப்பட்ட கவிதையே மீதியை முடித்துக்
கொள்ளும்
உங்களுக்கு என்னமோ அதை நீங்கள் பார்த்துக் கொள்ளுங்கள்

❖

ஒரு சிறிய பூச்சி

அவர் எனக்கு வருத்தமளித்துவிட்டார்
வருத்தம் போகவேண்டுமென்றால்
உடனடியாக அவரிடம் ஒரு பூச்செண்டை நீட்ட வேண்டும்
அதுவும் நானே பறித்த பூக்களாக இருந்தால்தான் என்
கோபம் தீரும்
ஒன்று ஒன்றாக எடுத்துக் கோக்கின்ற வேலையையும்
நான் பார்த்துக் கொள்கிறேன்
நிற அடுக்குகளும் கூட எனது பிரியங்களே
பூச்செண்டு அளிக்க வேண்டும் வாருங்களென்றால் வரமாட்டார்
பழிவாங்க அழைப்பதாகவே அவருக்குத் தோன்றும்
அவர் இல்லத்தைத் தேடி நானே செல்கிறேன்
கொடுக்கும்போது கைகளைக் கூட அவர் நீட்டமாட்டார்
ஒன்று பிகு பண்ணுவார் இல்லை மன்னிப்பு கேட்கலாம்
பிகு பண்ணும்போதே
எனதொரு கையால் அவர் கைகளை மேலே ஏந்தி
எனது இன்னொரு கையால்
மலர்ச் செண்டை மனமுவந்து நானே அளித்துவிடுகிறேன்
அப்பொழுது அவர் முதுகிற்குப் பின்னால் நின்றுகொண்டிருக்கும்
அவர் மனைவியைப் பார்த்துக் கண்ணடிப்பேன்
நான் கண்ணடித்தேனென அவர் மனைவி
பிறகு அவரிடம் சொன்னால் போதும்
அந்தப் பூச்செண்டு தனக்கு இல்லையோ என ஒரு கணம்
அவர் எண்ணினால் அது போதும்
அல்லது ஒரு சிறிய பூச்சி போன்ற என்னளவிற்கு
இந்த ஒன்றே கூட போதும்தான்

❖

மௌன ராகம் பிஜிஎம்

மொபைலை எடுத்துப் பேச இரண்டு கைகள் இருந்தால் போதும்
ஒரு கை இருந்தாலே பரவாயில்லை
பார்வையாளருக்கு ஒரு சமநிலை கிட்ட வேண்டுமல்லவா
அதற்காகவே இரண்டு கைகள்
கைகள் இல்லாதவர்களுக்காக இரண்டு நிமிடம் எனது
மொபைலை
ஆஃப்செய்துவிட்டுத் திரும்ப ஆன் செய்தேன்
மொபைல் அங்குதான் இருக்கிறது
மொபைல் எப்பொழுது வேண்டுமானாலும் ஒலிக்கலாம்
ஆனால் ஒலிக்கவில்லை
அதையே காண்பிப்பதால் எப்படியும் அது ஒலிக்கும்
என்ற புரிதலைத் தான் செய்த சாகசங்களுள் ஒன்றாகக் கருதும்
சினிமா பார்வையாளன் ஞாபகத்திற்கு வந்தான்
மொபைல் ஒலிக்க ஆரம்பித்தது
மொபைலில் இருந்து ஐம்பது அடி தள்ளி நின்று கொண்டிருந்தேன்
இங்கிருந்து எனது மொபைல் நன்றாகத் தெரிந்தது
அந்த ஒலி ஐம்பதடித் தூர அளவிற்குச் சற்றுப் பெரியதாக இருந்தது
ஆம் அதைப் பார்த்தேன்
ஸ்தம்பித்திருந்த நிலையில் நகரமுடியவில்லை
மொபைலை எடுத்து வந்து என்னிடம் ஒருவர் கொடுத்தார்
ஐம்பதடி அளவிற்கு ஒன்றை இரண்டு கைகள் நீட்டி வாங்கிக்
கொண்டேன்
எதற்கும் இரண்டு கைகள் நல்லதுதான் போல என்றேன்
நான் என்னிடம் கூறினேன்
அவரிடம் கூறியதாய் நினைத்துச் சிரித்துக்கொண்டார்

தரையிலை

தன்னுடைய மர வாழ்க்கையை முடித்துக்கொண்டு
எப்படியும் ஒரு இலை வீழுமென்பதால்தான்
இந்தத் தரை இவ்வளவு அகலம் போகிறது
அழுகின்ற குழந்தையைச் சமாதானம் செய்வித்தலில்
இந்த அகலம் போதவில்லையென்ற கசப்பு அனுபவம்
ஏற்கெனவே தரைக்கு உண்டு
எனவே இந்த அகலத்தை நாம் மெச்சிக்கொண்டால்தான் உண்டு
இலைக்கேயான மிகச் சிறிய இடத்தைத் தாங்கி
இவ்வளவுதான் நானென
தரைக்கு இருப்பதெல்லாம் சாக்ஷாத் அந்த அவையடக்கமே
மற்றபடி மேலே போய் இலையைத் தாங்க வேண்டுமென்பதுதான்
தரையின் நீண்ட நாளைய கனவு
இதைச் சொல்லவில்லையே
வழியில் அந்தரத்தைப் புரட்டுவதுபோல
தரையையுமே அப்படி ஒருநாள் புரட்ட வேண்டுமென
இலைக்குமே ஒரு கனவு உள்ளது
ஒன்று இன்னொன்றுடையதை எங்கே பலிக்கவிடுகிறது
எப்பொழுதும் ஒரே மல்லுக்கட்டல்தான்
ஒரு இலை இப்பொழுது தரையில் கிடக்கிறது

❖

படு ரகசியம்

உங்கள் பயணத்திடையே ஒரு மலை தென்பட்டால்
மலையின் பயணத்தில் நீங்கள் தென்பட்டிருக்கிறீர்கள்
அப்படித்தான் சொல்கிறது மலை
மலையின் பயணம் படுரகசியமானது
உங்கள் பக்கத்தில் நின்றுகொண்டு உங்களை மலை ஏற இறங்க
பார்க்கிற அளவிற்கு அது ரகசியம்
ஒருவேளை உங்கள் பயணத்தில் ஒரு மலை வராமல் போகலாம்
அதற்குள் உங்களுடைய பயணம் முடிந்துவிட்டதெனப்
பேசுகிறார்கள்
திரும்பத் திரும்ப மலை இதைத்தான் சொல்கிறது
அது உண்மை கிடையாது
உங்களை மேற்கொண்டு கிளம்பிய பயணத்தை
உங்களைப் பார்க்காமலேயே முடித்துக்கொண்டது மலை
அப்படித்தான் சொல்லி அது வருத்தப்படுகிறது
இப்படி நிறைய பேர்களைப் பார்க்காமலே
தன் பயணத்தை முடித்துக்கொள்கிற குற்ற உணர்ச்சியில்
எப்படியாவது உலகின் கடைசிமனிதர்வரைக்கும்
தன்னைக் காட்டிவிட வேண்டுமென்ற மனவெழுச்சியோடு
தன்னைத் தானே தூக்கிக் கொண்டு
படுரகசியமாகப் பயணம்செய்துகொண்டிருக்கிறது மலை
அதுதான் இந்த உலகம் இப்படி நீள்கிறது

❖

பராக்கிரமம் பொருந்திய

எனது தந்தையார் அவரது கோபத்தை எனக்களித்துச்
சுகமாக வாழ் என்று ஆசி வழங்கினார்
அவருடைய பொற்பாதங்களில் விழுந்து அதை வாங்கிக்
கொண்டேன்
அன்றிலிருந்து எல்லாரும் கப்சிப்பென்று ஆனார்கள்
யாரையும் நான் வாயைத் திறக்கவிடவில்லையே
தந்தையார் பராக்கிரமம் பொருந்திய பலசாலிதான்
ஒப்புக்கொள்கிறேன்
மனுசன் விளையாட்டு காட்டியிருக்கிறார்
இப்பொழுது சக்கர நாற்காலியில் போகிறார்
அவரது பீயை அவர் சொல்கிற மாதிரிதான் அள்ள வேண்டும்
பக்கத்தில் ஒரு ஆள் வரவில்லை
அதனால் கோபமாகப் பேண்டு கோபமாக உழப்பிக்கொள்கிறார்
அவ்வப்போது அவர் அளித்த கோபத்தை அவர் காலில் வைத்து
ஆசீர்வாதம் வாங்குவேன்
அவருக்கு அது பிடிக்குமாதலால் சுகமாக வாழ் என
ஆசீர்வதிப்பார்
அவருக்கெங்கே தெரியப் போகிறது
அய்யா நீங்கள் கொடுத்ததை நீங்களே வாங்கிக்
கொள்ளுங்களென்று
ஒவ்வொருமுறையும் காலில் விழுந்து கதறுவதை
தந்தையார் உண்மையிலேயே பெரிய பலசாலிதான்
உள்ளே புகுந்து விளையாட்டு காட்டுகிறார்

❖

கட்டுக் கோப்பு

அந்தக் கதையில் இருட்டறையின் வழியாக ஒரு படிக்கட்டு தெரிய
எல்லாரும் அதில் இறங்க ஆரம்பித்தனர்
ஒரு இருட்டிற்கும் இன்னொரு இருட்டிற்கும் பெரிய
வித்தியாசம் இல்லை
ஆனால் இருட்டுகளுக்குக் கீழேயும் இருட்டுகளே இருப்பதால்
பயமாகத்தான் இருக்கிறதெனப் பேசிக்கொண்டே இறங்கினர்
யார் பேசியதெனத் தெரியவில்லை
கதையில் வருகிறவரின் குரலா இது என்ற குரலையுமே
அதனால் சந்தேகப்பட்டனர்
அந்தரத்தில் இருப்பது இருட்டா இல்லை நானா என்று
ஒரு குரல் வந்தது
குரல்கள் முதலில் இறங்கட்டுமென அதற்கு எல்லாரும்
வழியை விட்டனர்
மேலும் இறங்க நினைத்தவர்கள் இருட்டின் கைகளைப் பிடித்து
மெதுவாக இறங்க
அங்கிருந்து கிளம்ப நினைத்தவர்கள்
இருட்டுகளின் கால்களைப் பிடித்துக் கெஞ்சிக்கொண்டிருந்தனர்
எல்லாருமே இருட்டில் படிக்கட்டுவழியாக
இறங்கிக்கொண்டிருக்கிறோம்
இதுதான் நிஜம்
ஆமோதித்துத் தலையை ஆட்டிய ஒருவர்
இருட்டைத் தெரியாமல் மேலும் கீழும் அசைத்துவிட
மொத்த இருட்டும் தலையில் சரிந்துவிழுந்திடுமோ என்ற பயத்தில்
எல்லாரும் ஒரு கணம் அப்படியே உறைந்து நின்றனர்
இன்னும் எவ்வளவு நேரம் அய்யா உறைந்து நிற்க வேண்டும்
என்று ஒருவர் கேட்டுவிட்டார்
இந்த இடத்தில் கதையின் கட்டுக்கோப்பு சத்தம்போட்டுச்
சிரித்துவிட்டது
இருட்டறையின்வழியாகத் தெரிந்த படிக்கட்டில் எல்லாரும்
முதலிலிருந்து இறங்கினர்

வெகு விமரிசை

குளத்தில் கற்களை வீசுகிற பழக்கம் கொண்டவனுக்குக்
கையும் சேர்ந்துபோகிற மாதிரி ஒரு கனவு வர
எதற்கு வம்பென்று
தன் பழக்கத்தைக் கழற்றிப் புழுதியில் தூக்கி எறிய முடிவு
செய்தான்
கையிலிருந்து அதைத் தனியாக எடுக்கின்ற முயற்சியில்
கை தவறித் தெரியாமல் ஒரு கல் தண்ணீரில் விழுந்தது
அவன் தன்னுடைய பழக்கத்தைக் கை கழுவ முடிவு
செய்திருப்பது
அந்தக் குளத்திற்குத் தெரியாது
அடுத்த கல்லுக்காகத் தன்னையே அது இரண்டாக வகுந்து நிற்க
அவனுக்கு மனசு ஒப்பவில்லை
அந்தப் பழக்கத்தைக் குளமே வைத்துக்கொள்ளட்டுமென
விட்டுவிட்டான்
இப்பொழுதெல்லாம் குளத்தில் அவன் கல்லெறிவது கிடையாது
அந்தப் பழக்கம்தான் ஒவ்வொரு விழாவிற்கும்
தலைமை தாங்க வருமாறு அவனை வந்து தொல்லை
கொடுக்கிறது
அவனும் சென்று விழாவைச் சிறப்பு செய்கிறான்
மற்றபடிக் கனவு சமயங்களில் கையோடு உடலையுமே சேர்த்துப்
பறக்கவிடப் பழகிக்கொண்டான்

❖

1

அரைக்கைச் சட்டை எவ்வளவு மோசமென்றால்
கையைக் கடித்துக் குதறுகிற அளவிற்கு அது மோசம்
சட்டை மாட்டியில் அது கையைக் கடித்துக் குதறிக்
கொண்டிருப்பதாக
ஒருவர் சொன்னார்
எல்லாரும் சென்று பார்ப்பதற்குள் அது கடித்து முழுங்கிவிட்டது
எங்களின் சோகம் மெல்லக் கரைந்து வடிவதற்காக
ஒரு முழுக்கைச் சட்டையைத் தேடிக்கொண்டிருந்தோம்
எங்களில் ஒருவர் தான் அணிந்திருந்த முழுக்கைச்
சட்டையைக் கழற்றி
அங்கிருந்த சாவியில் மாட்டினார்

2

சட்டை மாட்டியில் தொங்கிக்கொண்டிருக்கும் முழுக்கைச் சட்டை
பார்க்கக் கைமாதிரியே இருக்கிறது என்றதும்
அந்தக் கையை எடுத்து அது மாட்டிக்கொண்டது
உடனே சொந்தக் கைகள் கோபித்துக்கொண்டு
தன் சொந்த விரல்களால் நடந்து அங்கிருந்து வெளியேறின

3

கை குலுக்குபவர்கள் இப்பொழுதெல்லாம் முழுக்கைச்
சட்டைகளைக்
குலுக்கிக்கொள்கிறார்கள்
முழுக்கைச் சட்டையோடு குலுக்கத்தான் விழாவிற்கே வந்ததாகச்
சொல்கிறார்கள்
முழுக்கைச் சட்டையின் நேர்த்தியில் பாதிப் பேர்
வீட்டிற்குக் கூடச் செல்லமுடியாமல் வழியிலேயே மயங்கிப்
பொத் பொத்தென
விழுந்துகிடக்கிறார்களென

சொல்லி ரொம்ப நேரத்திற்குச் சிரித்துக்கொண்டிருந்தார்கள்
இடைமறித்து ஒருவர் கமுக்கக் குரலில் சொன்னார்
கைகளுக்குக் காதில்லைதான் அதற்காக இப்படியா

4

முழுக்கைச் சட்டை அரைக்கைச் சட்டையை முடமென்று திட்டியது
அரைக்கைச் சட்டை முழுக்கைச் சட்டையைக் கட்டைக்
கையென வைதது
பார்க்க இதுவொரு வினோத விளையாட்டாக இருந்தது
ஒருவர் வந்து வினோத என்ற சொல்லுக்குக் கீழே
நாட்டு வெடிகுண்டை வைத்தார்

5

தொங்கி ஒரே வலியாக இருப்பதால்
முழுக்கைச் சட்டை தன்னை அமுக்கிவிடச் சொன்னது
அமுக்கிவிட்டவர் கை இல்லையே என்றார்
அது உங்கள் பிரச்சினையில்லையே என்று அவரோடு
சரி மல்லுக்கு நின்றது முழுக்கைச் சட்டை
அமுக்கிவிட்டவர் என்ன செய்கிறோமென்றே தெரியாமல்
தன் கைகளைச் சட்டைக்குள்ளிருந்து கழற்றி வீசினார்
அதுவும் என்ன செய்கிறோமென்றே தெரியாமல் கழன்று
எங்கோ போய் விழுந்தது

6

சட்டை மாட்டியிலேயே என்னைக் கையென்று நம்பிவிட்டார்கள்
எனக்கு இது போதும்
உங்கள் கைகளை ரயில் சக்கரங்களுக்கிடையில் வைத்துக்
கொள்ளுங்கள்
புதிய அனுபவமாக இருக்கும்
என்று கூறியது முழுக்கைச் சட்டை

❖

நடுநாயகம்

அவரது உறவை முறிக்க ஒரு சொல் இருந்தது
அந்தச் சொல் எதுவென எனக்குத் தெரியும்
அது எதுவென அவருக்குமே தெரியும்
அந்தச் சொல் எங்களுக்கு இடையில் இருந்தது
நாங்கள்தான் அதை இடையில் நடுநாயகமாக வைத்தோம்
அதைக் கையில் தொடாமலேயே எங்களுக்கிடையில்
வைத்ததைத்தான்
இப்பொழுதும் பெருமையாகப் பேசிக் கொள்வோம்
அந்தச் சொல் பார்க்க நன்றாகப் பருமனாக இருக்கிறது என்றேன்
இப்பொழுது அமைதியாகக் கிடக்கின்றது என்றார் அவர்
அது எங்களுக்கிடையில் இருந்தது என்றால் மிகச் சரியான இடை
மிகச் சரியாக என்பதைப் பராமரிப்பதுதான் எங்களுக்கு
வேலையே
மிகச் சரியாக என்பதை எடுத்து நன்றாகத் துடைத்து
அவரிடம் கொடுப்பேன்
அவரும் மறுபடியும் அதைத் துலங்கத் துலங்க விளக்கிக்
கீழே வைப்பார்
பின் எடுத்து நான் என்னுடைய வேலையை ஆரம்பித்து
விடுவேன்
நம்மிடம் கிடந்து மிகச் சரியாக எவ்வளவு பாடுபடுகிறது பார்
என்றார்
நான் க்ளுக் எனச் சிரித்து வைத்தேன்

❖

செல்வசங்கரன்

பூஸ்

ஒரு பூனையின் தூக்கத்தை வளர்த்து வந்தேன்
தூக்கத்திற்கெனத் தனியாக எடை கிடையாதென்பதால்
தூக்கத்தை என் கைகளால் எளிதாகத் தூக்க முடிந்தது
தூக்கி என் கால்மாட்டிடுக்கில் வைத்துக்கொண்டேன்
அப்பொழுது பாரமற்ற ஒன்று தன் பாரமற்றதன் ரகசியம் பற்றி
மெல்ல வாய் கசிந்தது
அதுவும் பாரமற்றதை அப்படியே அச்சு பிசகாமல்
உரித்துவைத்திருந்தது
எடை குறைவு என்பதால் யாரும் அதைச் சீக்கிரம் களவாண்டு
விடுவார்கள்
என்பதற்காகத் தூக்கத்தின் மீது என் தூக்கத்தை வைத்துப்
பந்தோபஸ்தாக மூடி வைத்தேன்
ஒரு பூனையின் தூக்கத்தை வளர்ப்பது
அவ்வளவு லேசுப்பட்ட காரியமாக இல்லை
ஒரு பூனையைப் பழக்குவதுபோல அதன் தூக்கத்தை
அவ்வளவு எளிதாகப் பழக்கிவிட முடியாது
அதன் தூக்கத்திற்கு நான் வைத்துக்கொண்ட பெயர் பூஸ்
பூஸ் பக்கத்து வீட்டுக் குழந்தையின் காலைக் கடித்துவிட்டது
என்பதை என்னால் இன்றளவும் நம்பமுடியவில்லை
தூக்கத்திற்குப் பல் உண்டு என்பதை யார்தான் நம்புவார்கள்
எனக்குத் தெரிந்து ரெண்டு முன்னங் கால்களால்
பதவிசாக முகத்தை மறைத்துக்கொண்டு தூங்குகிற ஒரு பூனையை
நான் பார்த்திருக்க வேண்டும்

❖

களேபரம்

நிஜம் ஒரு கவிழ்த்துப் போடப்பட்ட கரப்பான் பூச்சி என்றவர்
கரப்பான் பூச்சியைக் கவிழ்த்துப் போட்டுத்தான் அதைச்
சொன்னார்
தூக்கிவிட அங்கு ஒரு ஆளில்லாது தவியாய்த் தவித்தபடி
அது கையைக் காலை ஆட்டுகிறதைப் பார்க்கையில்
சரியான உவமைதான்போல என்று அவர் சொல்லிக்கொண்டதும்
அந்த உவமைக்குச் சற்று பாலிஷ் ஏறியது
உடனே அந்த உவமைக்கு அவர் ஒரு முத்தம்தர நினைத்தார்
அப்பொழுது கரப்பான் பூச்சி
அவரது வாயைக் கெட்டியாகப் பிடித்துக்கொண்டு
அவரது வாயைப் பிடித்தே அவரைத் தூக்கி வீசியெறியப் பார்க்க
இந்தக் களேபரத்தில்
அவர் அதே வாயை வைத்தே அந்தக் கரப்பான் பூச்சியைத்
தூவெனத் துப்பித் தூக்கித் தூர வீசினார்
மிகவும் அசிங்கமான ஓர் உவமை ஓடி ஒளிந்தது
என்ன செய்வதென்றே தெரியாமல் மலங்க மலங்க நின்றவர்
மிகவும் அசிங்கமான என்ற சொல்லுக்கு முதலில் நன்றி கூறினார்
பதிலுக்கு மிகவும் அசிங்கமான என்ற சொல் சொன்னது
இதற்கு அந்த நிஜத்தை நீங்கள்
ஒரு மரத்தில் கட்டிவைத்து அடி வெளுத்திருக்கலாம்
ஒரு மரத்தில் கட்டிவைத்து அடி வெளுத்திருக்க வேண்டிய நிஜம்
என்ற உவமையின் ஒன்றுவிட்ட தம்பியின் காலில் விழுந்து
சாஷ்டாங்கமாக அவர் நமஸ்கரித்தார்

❖

ப்வ்வூ . . .

வெகுகாலமாக மணலில் நிறுத்தப்பட்டிருந்த படகு
நீரில் எப்படி அலம்புமோ அப்படி
காற்றுக்கு அதுவாக அலம்ப ஆரம்பித்தது
அந்தப் படகில் இதற்கு முன்பு ஏறியவர்கள் எல்லாம்
எல்லா வேலைகளையும் அப்படியே போட்டது போட்டபடி
இருக்கிற இடத்தில் இருந்தவாறு தங்களைத் தாங்களே
மேலும் கீழுமாக ஆட்டிவிட்டனர்
எல்லாரும் பயணம் செய்தபோது எல்லாரும் பார்த்த கானகமுமே
எதற்கு வம்பெனத் தன்னைத் தானே திரும்பவும் அது ஆட்டிக்
கொண்டது
இன்னும் யார் யார் ஆடவில்லையெனப் படகு கேட்டது
இருக்கிற இடத்திலேயே இருந்தவாறு
எல்லாரும் ஒன்றுபோல மணலைக் கைகாட்டினர்
மணல் நீரென நினைத்துக் கொண்டு
மணல்களாலேயே ஒன்றுபோல தரையில் அளைந்து
அளைந்து விட
முன்பு பயணித்தவர்களெல்லாம் சென்று எங்கெங்கோ
கலந்துவிட்டார்கள்
அதே மாதிரி சேர்ந்து இனி அதே மாதிரி செல்ல முடியாது
என்று கூறியவர்களை ப்வ்வூ . . . என ஊதித் தள்ளிய அந்தப் படகு
காற்றைக் கிழித்துக்கொண்டு மிதக்க ஆரம்பித்தது
என்ன இம்முறை எண்ணற்றபேர்களின் தலையைக் கொண்டு
எண்ணற்ற இடங்களில் அதைச் செய்தது

❖

சங்கடம்

1

சங்கடத்தைச் சக சங்கடங்கள் கேலிபேசிக்கொண்டிருக்கையில்
சங்கடம் காலையிலிருந்து அணிந்திருந்த தன்னுடைய உள்
பனியனை
மோந்து பார்த்தது
சக சங்கடத்தில் ஒரு சங்கடம் சொன்னது
நேற்று அது தன்னுடைய ஜட்டியை மோந்து
பார்க்கின்றபோதுதான்
நான் பிறந்தேன்
வேறு சங்கடங்களும் தங்களது பிறந்த நாள் ஞாபகங்களை
நினைவு கூர்ந்தன
எல்லாருமாகச் சேர்ந்து எல்லாருடைய பிறந்தநாளையும்
சந்தோசமாகக் கொண்டாடினோம்

2

காதினுள் கட்டியாகத் திரண்டிருந்த அழுக்கை எல்லாரும்
சங்கடமென அழைத்தோம்
ஆனால் அது காது என்றால்தான் திரும்பிப் பார்க்கிறது
காது என்றே தன்னை நம்பிக் கொண்டிருந்த
ஒரு வறட்சியான காலக்கட்டம்
கூப்பிட்ட குரலின் திசைக்கு அழுக்குகளெல்லாம் ஒன்று
                                    சேர்ந்துதான்
தலையையே திருப்பிவைக்கிறோம்
காது என்று எங்களை ஏற்றுக்கொள்ள மாட்டேன் என்கிறார்கள்
ஒரே சங்கடமாக இருக்கின்றது
சங்கடத்தை எண்ணி எங்களுக்கு மனம்நொந்தே போய்விட்டது
ஒரு சங்கடமே சங்கடமாக இருந்தது என்ற சுவரை எழுப்பி
அந்தப் பாதையை முற்றும்முழுவதுமாக அடைத்தோம்

❖